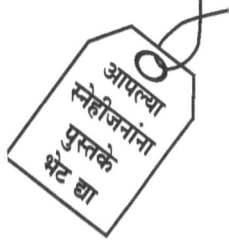

I0535091

आपल्या स्नेहीजनांना पुस्तके भेट द्या

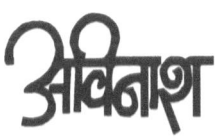

अविनाश

वि. स. खांडेकर

मेहता पब्लिशिंग हाऊस

Please contact us at **Mehta Publishing House,** 1941, Madiwale Colony, Sadashiv Peth, Pune 411030.
✆ +91 020-24476924 / 24460313
Email : info@mehtapublishinghouse.com
production@mehtapublishinghouse.com
sales@mehtapublishinghouse.com
Website : www.mehtapublishinghouse.com

AVINASH by V.S. KHANDEKAR

अविनाश : वि. स. खांडेकर / लघुनिबंध संग्रह

© सुरक्षित

मराठी पुस्तक प्रकाशनाचे हक्क मेहता पब्लिशिंग हाऊस, पुणे.

प्रकाशक : सुनील अनिल मेहता, मेहता पब्लिशिंग हाऊस,
१९४१, सदाशिव पेठ, माडीवाले कॉलनी, पुणे – ४११०३०.

मुखपृष्ठ : चंद्रमोहन कुलकर्णी

प्रकाशनकाल : १९४१ / १९४७ / फेब्रुवारी, १९९३ / मार्च, २००१ / नोव्हेंबर, २०१३ / पुनर्मुद्रण : फेब्रुवारी, २०१८

P Book ISBN 9788177661699
E Book ISBN 9789386342737
E Books available on : play.google.com/store/books
m.dailyhunt.in/Ebooks/marathi
www.amazon.in

माझे कोल्हापूरचे स्नेही
गोविंदराव उपळेकर
व
सौ. लीलाबाई उपळेकर
यांस–

तीट

जशी दृष्टी, तशी सृष्टी, अशी एक म्हण आहे ना? जसा मित्र, तशा गोष्टी, ही उक्ती रूढ नसली, तरी तितकीच सार्थ आहे! आपला मित्र प्रोफेसर असला, तर शिक्षण, कॉलेज आणि विद्यार्थी हेच आपल्या गप्पागोष्टींचे मुख्य विषय होतात. तोच वकील असला, की कोर्टातल्या अनेक चित्रविचित्र गमतींत आपण रंगून जातो आणि डॉक्टर असला, तर लगेच विविध रोग्यांचे हास्यकारक आणि कारुण्यपूर्ण अनुभव आपण अगदी जवळून पाहू लागतो. मला नेहमी वाटते, निरनिराळ्या धंद्यांतले अनेक जिव्हाळ्याचे मित्र ज्याला आहेत, तो घरी बसल्याबसल्या जगाचा प्रवास करतो. मी स्वत: कुणाही मनुष्याशी गप्पा मारताना रंगून जातो, याचे एक प्रमुख कारण हेच आहे. विविध मित्रांशी संभाषण करताना माझ्या मनाला लांबलांबचा प्रवास केल्याचा आनंद लाभत असतो.

परवा मी नि माझे एक संपादक-मित्र असेच बोलत बसलो होतो. आमच्या गप्पा अर्थातच वाङ्मयविषयक होत्या. मराठी वाङ्मयात जे नवे नवे सुंदर लेखनप्रकार रूढ होत आहेत, त्यापैकी लघुनिबंध हा एक आहे, असे मी बोलून गेलो. संपादकमहाशय संमतिदर्शक काहीतरी बोलतील, अशी माझी अपेक्षा होती, पण त्यांनी मान डोलविण्याऐवजी नाक मुरडलेले पाहून मी चकित झालो.

क्षणभर थांबून ते म्हणाले,

'तुम्हाला कल्पना नाही माझ्या दु:खाची! हल्ली लघुनिबंधाचा आमच्यावर असा मारा होतोय म्हणता! वळवाच्या पावसात अकस्मात सापडावे आणि अंगावर सपसप गारा बसाव्यात, तशी दररोज टपाल आल्यावर माझी स्थिती होते. एखादी चांगली गोष्ट हाताला लागेल, या आशेने रोजच्या टपालाने येणारे होतकरू लेखकांचे लिखाण मी आस्थेने चाळतो. पण 'भुवई'पासून 'वहाणा'पर्यंत निरनिराळ्या विषयांवरचे नीरस लघुनिबंध वाचण्याची शिक्षा मात्र मला होते. आम्हाला लघुकथा हव्या आहेत; पण आमच्यावर वर्षाव होतोय, तो मात्र

लघुनिबंधांचा!'

माझ्या मनात आले, एखाद्या स्त्रीला मुलाची हौस असावी आणि तिला मुलीमागून मुलीच होत जाव्यात, अगदी तशीच संपादकाची स्थिती झालेली दिसते!

पण लगेच मला दुसरा एक विचार सुचला : मुलीपेक्षा मुलाचे महत्त्व अधिक मानणाऱ्या सनातनी मंडळींप्रमाणे तर आपल्या या संपादकमित्रांची स्थिती झाली नाही ना? फडके, काणेकर, दांडेकर, बोरकर, र. गो. सरदेसाई, वा. भा. पाठक, शंकर साठे, य. गो. जोशी, भावे, पवार इत्यादिकांची नावे झर्रकन माझ्या डोळ्यांपुढून गेली. यापैकी कित्येकांचे सुंदर लघुनिबंधही आठवले. 'हरवली, पण सापडली' या फडक्यांच्या गुजगोष्टीतला मधुर भावनाविलास त्यांच्या कादंबऱ्यांतल्या सुंदर प्रसंगांहूनही मला हृदयंगम वाटतो. 'दोन मेणबत्त्या' या लघुनिबंधात नुसते 'चांदरात' फुलवणारे कल्पक काणेकरच नाहीत; आपल्या कथांतून समाजाचे वास्तव स्वरूप रेखाटणारे आणि समाजवादाचा सावेश पुरस्कार करणारे बुद्धिवादी काणेकरही आहेत. दांडेकरांना शाळेत अथवा कॉलेजात असताना कविता करण्याचा नाद होता किंवा काय, हे त्यांना आणि त्यांच्या विद्यार्थिदशेतल्या मित्रांनाच माहीत असण्याचा संभव आहे. पण ते कवी आहेत, याबद्दल माझी मात्र नुकतीच खात्री झाली. 'आगगाडीचे रूळ' हा त्यांचा लघुनिबंध ज्यांनी वाचला आहे, त्यांना माझ्या या विधानात मुळीच अतिशयोक्ती वाटणार नाही. या निबंधातल्या खालील दोन कल्पनांचा कुणातरी रसिकाला विसर पडेल का?

'मनुष्याच्या मनाची अशी मौज आहे, की त्याला वेगळे, दूरचे, अनंतातले काहीतरी हवे असते. त्या चकचकणाऱ्या; परंतु पुढे पुढे अस्पष्ट होत जाणाऱ्या आगगाडीच्या रुळांकडे पाहिले, की त्या वेगळ्याचे, दूरच्याचे, अनंताचे ओझरते दर्शन झाल्यासारखे त्याला वाटते.'

'मी, माझ्यासमोर पसरलेला भूभाग आणि वर तरंगणारे आकाश यांच्याखेरीज त्या देशात त्यावेळी कोणीच नसते. तेथून आगगाडीच्या रुळांकडे बघण्यात एक प्रकारची मौज वाटते. सृष्टिसुंदरीने आपल्या पाठीवर दोन वेण्या सोडल्यासारखे ते काळेभोर नि तकतकीत रूळ दिसतात.'

दांडेकरांची जशी कवी म्हणून प्रसिद्धी नाही, तसा र. गो. सरदेसाई यांच्यावरही 'प्रथितयश विनोदी लेखक' असा काही शिक्काछाप बसलेला नाही. पण 'कागदी विमाना'तले त्यांचे लघुनिबंध वाचताना श्रीपाद कृष्णांच्या विनोदी लेखनशैलीची ज्याला आठवण होणार नाही, असा वाचक विरळाच सापडेल. 'शेजारी' या लघुनिबंधातली ही चटकदार वाक्येच पाहा ना–

सहा

'शेजारधर्म आताशा फक्त उसनवारी करण्यापुरताच उरलेला असावा.'

'शेजारी या प्राण्याचे स्वरूप पौराणिक मयसभेसारखे असते. स्नेहाचे जल दाखवून कपटाच्या फरशीवर तुमचा कपाळमोक्ष करण्यात शेजाऱ्यांचा कारस्थानी हात कुणीच धरू शकणार नाही.'

'तुमच्या फजितीच्या प्रसंगासारखा आनंद तुमच्या शेजाऱ्याला प्रत्यक्ष पुत्रजन्माच्या वेळीही होत नसेल.'

'इंग्लंडची अडचण, हीच आयर्लंडची सुसंधी हे ब्रीद आयर्लंडला सुचले, याचे कारण इंग्लंड व आयर्लंड यांच्यामधला शेजारीपणाच असावा, असे मला वाटते.'

या सर्व गोष्टी आठवताच मला वाटले– एखाद्याला गाणे आवडत नाही ना? आपल्या या संपादक-मित्रांची रसिकता लघुनिबंधांच्या बाबतीत तशीच सदोष असावी!

आम्ही दोघे विरुद्ध बाजू घेऊन बोलू लागलो. या खेळीमेळीच्या वादविवादात मी हरलो नाही; पण मला विजयही मिळाला नाही. संपादकांनी आपल्याकडे येणाऱ्या लघुनिबंधांतली एक एक गंमत सांगायला जेव्हा सुरुवात केली, तेव्हा मी एकीकडे हसत होतो नि एकीकडे मनात म्हणत होतो– असले असंबद्ध आणि अंध अनुकरणाने भरलेले लिखाण ज्याला दररोज वाचावे लागत असेल, त्याला या लेखन-प्रकाराचा वीट येणे स्वाभाविक आहे. लघुकथेपेक्षा लघुनिबंध हा वाङ्मयप्रकार अधिक सोपा म्हणून नवशिके लेखक हवा तसा हाताळू लागले आहेत; पण महत्त्वाची गोष्ट त्यांच्या लक्षात आलेली दिसत नाही. हा वाङ्मयप्रकार केवळ व्यक्तिनिष्ठ आहे. तंत्रकौशल्याला त्यात विशेष अवसर नाही. लघुकथेला कथासूत्राची आवश्यकता असल्यामुळे, कठड्याचा आधार घेऊन जिना उतरणाऱ्या मुलाप्रमाणे नवखा लेखक तिची रचना थोडीफार व्यवस्थित करू शकतो. पण जिन्याला कठडा नसला, म्हणजे लहान मूल ठेचाळले, की ते गडगडतच खाली जाते. सध्याच्या लघुनिबंधातही असेच अपघात होत असावेत. संपन्न व आकर्षक व्यक्तित्त्वाशिवाय आणि ते स्वाभाविकपणे प्रगट करणारी वैशिष्ट्यपूर्ण लेखनशैली साध्य झाल्याशिवाय या लेखनप्रकारात लेखकाला यश मिळणे कठीण आहे.

लघुनिबंधात विषयाला महत्त्व नाही; त्या विषयसूत्राच्या आधाराने आपल्या व्यक्तित्त्वाचे सर्व पैलू प्रगट करणाऱ्या लेखकाच्या विकासशील अंतरंगालाच महत्त्व आहे. या दृष्टीने सरस लघुनिबंधाची रबरी फुग्याशी तुलना करावीशी वाटते. अगदी सुरकतून गेलेल्या टीचभर रबराच्या तुकड्याला तोंड लावून तो हळूहळू फुंकला, की त्याची क्रमाने मोठी होत जाणारी आकृती जसे मनोहर रूप धारण करते, त्याप्रमाणे एखाद्या साध्या, पण सुंदर अनुभवाशी, ओझरत्या, पण

कुतूहलजनक विचाराशी किंवा क्षणभर चमकून जाणाऱ्या चमत्कृतिजनक कल्पनेशी खेळत खेळत, लघुनिबंधलेखक आपली कलाकृती निर्माण करीत असतो. मूळचा सुरकुतलेला तुकडा धसमुसळेपणाने फुंकून काही त्याचा सुंदर रबरी फुगा होत नाही. फुगा फुगू लागल्यावर तो एकदम जोराने फुंकूनही चालत नाही. तो लगेच फुटून जातो. लघुनिबंधाचा प्रारंभ आणि विकास करण्याची कलाही अशीच नाजूक आहे.

या मोहक व्यक्तिनिष्ठ प्रकाराला दुसरी उपमा द्यायची झाली, तर आकाशात डौलाने उडणाऱ्या आणि वायुलहरींवर जणू काही स्वच्छंदाने पोहत राहणाऱ्या पतंगाची देता येईल. पतंगाचा अंतराळातला स्वैरविलास अत्यंत आकर्षक असतो. पण बाह्यत: पतंग मनमुराद नाचत असला, तरी त्याची दोरी जमिनीवर उभ्या असलेल्या एका खेळकर बालकाच्याच हातात असते. लघुनिबंधाला लघुकथेसारखी निश्चित तांत्रिक बंधने नाहीत, हे खरे; पण वैयक्तिक दृष्टिकोनाच्या सूक्ष्म सूत्राला धरूनच त्याचे स्वैर वर्तन सुरू असते.

लघुनिबंध हा जिवलग मित्राच्या संभाषणासारखा असावा, असे जे म्हटले जाते, त्याचे कारण हेच आहे. लघुकथा किंवा कादंबरी यांच्या सजावटीमध्ये लेखकाचा अलिप्तपणा हा अनेकदा गुण होऊ शकतो; पण लघुनिबंधात मात्र तो अक्षम्य दोष आहे. जिवलग मित्राशी गुजगोष्टी करीत असताना आपल्या अंतरंगावरले पडदे मनुष्य हलक्या हाताने दूर करतोच, की नाही? लघुनिबंध लेखकानेही तेच केले पाहिजे. आपल्या आवडीनिवडी, आपल्या लहानसहान खोडी, आपल्या फजितीचे प्रसंग, इत्यादी गोष्टी घरातल्या मंडळींपासून लपविण्याची जशी कुणी धडपड करीत नाही, त्याप्रमाणे लघुनिबंध-लेखकही आपल्या मनाच्या लहरी आणि आपल्या जीवनातले अनुभव वाचकांपासून चोरून ठेवीत नाही. किंबहुना कृष्णाच्या खोडकरपणामुळेच तो जसा गोकुळात प्रिय झाला, त्याप्रमाणे स्वत:च्या व्यक्तित्त्वाच्या मधुर अवखळपणामुळेच लघुनिबंध-लेखक वाचकांना आवडू लागतो.

सरस लघुनिबंधाची मुख्य कसोटी म्हणजे लेखकाच्या व्यक्तित्त्वाचे आकर्षक दर्शन. हे व्यक्तित्त्व जीवनातल्या भिन्नभिन्न रसांनी जितके अधिक अनुभवसंपन्न आणि खेळकर असेल, तितका त्याच्याशी वाचक हा हा म्हणता समरस होऊन जाईल. असे व्यक्तित्त्व संवेदनशील मन व निरीक्षणकुशल बुद्धी यांच्या संगमातून विकास पावत असते. नवशिके लेखक ही गोष्ट विसरून या लेखनप्रकाराकडे बघत असावेत आणि मग त्यांच्या दररोजच्या हल्ल्याने संपादक त्रस्त होऊन जात असावेत.

कवी, तत्त्वज्ञ, विनोदी लेखक इत्यादी भिन्नभिन्न भूमिकांचा लघुनिबंध

लेखकांमध्ये जो संगम झालेला दिसतो, त्याचे कारण वैचित्र्यपूर्ण व्यक्तित्त्व हा या वाङ्मयप्रकाराचा आत्मा आहे, हेच आहे. लघुकथा, निबंध, गद्यकाव्य आणि विनोदी लेख या लघुनिबंधाच्या चतु:सीमा आहेत, असे म्हटले तरी ते फारसे चुकीचे होणार नाही. मात्र एक गोष्ट लक्षात ठेवणे जरूर आहे. लघुनिबंधातला काव्यविलास म्हणजे बागेतली सहल नव्हे. शेतातल्या पायवाटेने जाताना मधूनमधून जशी रानफुले दिसतात, तसे लघुनिबंधातले काव्य असायला हवे. या लेखनप्रकारातला विनोद वळवाच्या पावसासारखा असून चालणार नाही. पहाटे पडणाऱ्या दवाप्रमाणे त्याचे स्वरूप असले, म्हणजे तो फार खुलून दिसतो. काही काही लघुनिबंध गोष्टीवजा वाटले, तरी त्यात कथेला आवश्यक असणारी एकाग्रता नसावी, हेच बरे. निबंधाप्रमाणे लघुनिबंधालाही तात्त्विक बैठकीने उठावदारपणा येतो. पण त्यातले तत्त्वप्रतिपादन हे तळ्यात फुलणाऱ्या कमळासारखे मोहक वाटले पाहिजे, रानात उगवणाऱ्या झाडांप्रमाणे ते असता कामा नये.

लघुनिबंधाच्या या मर्यादा न ओळखल्यामुळे अनेक होतकरू लेखक लघुनिबंध या नावाखाली जे लिखाण संपादकाकडे पाठवितात, ते त्यांना निर्जीव आणि परिणामशून्य वाटत असावे. तसे पाहिले, तर आपले सामाजिक जीवन आज संक्रमणकाळात आहे. हा काळ लघुनिबंधासारख्या काव्य, विनोद आणि तत्त्वज्ञान यांचा एकाच वेळी समावेश करू शकणाऱ्या वाङ्मयप्रकाराला अत्यंत अनुकूल आहे. पण हा प्रकार यशस्वी रीतीने हाताळण्याची शक्ती ज्यांच्या ठिकाणी आहे, अशा प्रकाराच्या नामवंत लेखकांचे या वाङ्मयप्रकाराकडे दुर्लक्षच झाले आहे. तात्यासाहेब केळकर आणि वामनराव जोशी यांनी या क्षेत्रात पाऊल टाकले असते, तर गार्डिनर आणि लिंड यांच्या तोडीचे लघुनिबंध आपणाला वाचायला मिळाले असते. माडखोलकर, अत्रे आणि चिंतामणराव जोशी हे लघुनिबंध-लेखक झाले असते, तर बीरबॉम, चेस्टरटन, वेलॉक वगैरेच्या पद्धतीचे सरस लिखाण त्यांनी लिहिले असते, याबद्दल मला मुळीच शंका वाटत नाही. 'स्मृतिचित्रे' रेखाटणाऱ्या लक्ष्मीबाई, 'काही म्हातारे' डोळ्यांपुढे मूर्तिमंत उभे करणारे विठ्ठलराव घाटे किंवा 'व्यक्तिचित्रे' लिहिणारे विठ्ठलराव कुलकर्णी यांना या लेखनप्रकारात यश मिळाले नसते, असे कोण म्हणू शकेल? लघुनिबंधलेखकाचे मुख्य ध्येय आपल्या दैनंदिन सामान्य जीवनातले असामान्यत्व दर्शविणे हे आहे. जगातल्या ज्या साध्या, पण सुंदर गोष्टीकडे आपले कधीच लक्ष जात नाही, त्या तो हसत-खेळत आपल्याला दाखवितो. बाहेरून जिथे साधी माती दिसते, तिथेच पृथ्वीच्या पोटात सोन्याची खाण असू शकते. बाह्यत: रूक्ष दिसणाऱ्या लौकिक जीवनाच्या अगदी लहान लहान भागांतही सौंदर्य, विनोद, कारुण्य व तत्त्वज्ञान यांचे सुवर्णकण असेच सापडतात. हे विविध कण

वेचून जीवनाची संपन्नता सामान्य मनुष्याला पटविणे आणि जगात नीरस असे काहीच नाही, याची त्याला जाणीव करून देणे हे लघुनिबंध लेखकाचे मुख्य कार्य आहे. हे कार्य पार पाडण्याची शक्ती वर उल्लेखिलेल्या अनेक लेखकांप्रमाणे कृष्णाबाई, कमलाबाई टिळक, बोकील, बावडेकर, श्यामराव ओक, प्र. श्री. कोल्हटकर, रांगणेकर, इत्यादिकांच्या लेखणीतही आहे. माझ्या संपादक मित्रांचा लघुनिबंधाविषयी जो प्रतिकूल ग्रह झाला आहे, तो या लेखकांना सहज दूर करता येण्याजोगा आहे.

या छोट्या संग्रहातल्या माझ्या लघुनिबंधात ही शक्ती अल्पांशाने तरी आहे, की नाही, हे मात्र मला सांगता येत नाही. कारण मी ते सदरहू संपादक मित्रांकडे कधीच पाठविले नव्हते.

२४-५-४१   —वि. स. खांडेकर
खासबाग, कोल्हापूर

♦

दहा

अनुक्रमणिका

पुढे-पुढे

"हा हत्ती चहा पीत बसला आहे... नि त्यानं नाइट सूट घातल आहे..."

मंदा अगदी रंगात येऊन वर्णन करीत होती. पण अवी मध्येच म्हणाला, "पुढे काय झालं, ते सांग!"

त्याने घाईघाईने त्या चित्रमय पुस्तकाचे पान उलटलेसुद्धा!

मंदा वर्णन करू लागली,

"हत्ती स्टेशनवर जायला निघाला आहे. त्याच्या डोक्याला खादीची टोपी आहे नि हातात..."

"पुढं?" असा अधीरपणाने प्रश्न करीत अवीने पुढचे पान काढले.

"हत्ती पाखराबरोबर समुद्रात पोहायला गेला... तिथे मोठी लाट आल्याबरोबर त्याच्या नाकातोंडात पाणी जाऊन तो घाबरला... किनाऱ्यावर वाळूत येऊन बसल्यावर तो सोंडेने एका खेकड्याला त्रास देऊ लागला नि मग खेकडा त्याला चावला..."

या सर्व प्रसंगांची त्या पुस्तकातली चित्रे सुंदर होती. मंदा प्रत्येक चित्राचे खूप खूप वर्णन करू लागे. पण अवी प्रत्येक वेळी "पुढं?", "पुढं?" असा प्रश्न करून तिच्या रंगाचा भंग करी आणि पुढचे पान उघडी.

घिसाडघाईने म्हणा किंवा लगीनघाईने म्हणा, अवी शेवटच्या पानापर्यंत पोहचला. पाखरांचा पाहुणचार घेऊन हत्ती घरी परत येतो, असे दृश्य शेवटच्या चित्रात होते. ते चित्र घाईघाईने पाहून अवीने प्रश्न केला,

"पुढं?"

मंदा क्षणभर गोंधळली. लगेच तिने पुस्तकाचे पहिले पान उघडले आणि ती सांगू लागली,

"हा हत्ती चहा पीत बसला आहे नि त्यानं नाइट सूट घातला आहे..."

अवी निरखून पाहून बोलू लागला,

"तो नाइट सूट माझ्यासारखा निळ्यानिळ्या रेघांचा आहे... हत्तीचा एक दात शिंगासारखा दिसतोय!"

आता दोघेही प्रत्येक चित्रात रंगून त्यात असलेल्याच नव्हे, तर नसलेल्या वस्तूंचीही रसभरित वर्णने करू लागली. मंदाने पान उलटायला लागावे, पण अवीने तिचा हात धरून तिला थांबवावे, असा उलटा प्रकार सुरू झाला! तो पाहून काही केल्या मला हसू आवरेना. हसता हसता मी स्वत:शी म्हणालो,

"नाहीतरी अवी भारीच उतावळा आहे!"

लगेच माझ्या मनात आले– छोट्या अवीला हसण्यात काय अर्थ आहे? आम्ही मोठी माणसेही नेहमी त्यांच्यासारखीच वागतो. नाही का? आम्ही सदासर्वदा एकच मंत्र घोकत असतो : "पुढे-पुढे, आणखी पुढे?" आयुष्याच्या चित्रमय पुस्तकाचे प्रत्येक पान न्याहाळून पाहावे, त्याच्यातली मौज मनमुराद लुटावी, खडीसाखरेचा खडा दातांनी फोडून खाण्यापेक्षा तोंडात विरघळवून टाकण्यात जी गोडी असते, तीच जीवनातल्या क्षणाक्षणाला आपण अनुभवावी, हा विचार शेकडा नव्वद लोकांच्या मनातसुद्धा येत नाही. मग तो आचरणात आणणारा मनुष्य हजारांत एखादाच आढळायचा! जो तो हातातल्या सुखाकडे दुर्लक्ष करून पळत्या आनंदाच्या मागे धावत असतो! प्रत्येकाचा मंत्र एकच : "पुढे-पुढे!" भविष्यातला अमर्याद आनंद लुटण्याकरिता मनुष्यप्राणी ही जी धावपळ करतो, तिच्यात वर्तमानाच्या मर्यादित आनंदाला मात्र तो निश्चितपणे मुकतो.

माझीच गोष्ट पाहा ना! मी फार लहानपणी पोहायला शिकलो. सुदैवाने माझे बालपणही सांगलीला कृष्णेच्या काठी गेले. पावसाळ्यात गणपतीच्या घाटावरली तुळशीवृंदावने बुडल्यावर तिथे पोहायला पडून माईच्या घाटाकडे जाण्यात किती गंमत आहे किंवा उन्हाळ्यात सांगलवाडीच्या घाटाजवळच्या पाण्यात उड्या मारण्यात काय मौज आहे, हे मला अजिबात ठाऊक नाही, असे नाही. पण पोहण्याच्या आणि पाण्यात डुंबण्याच्या बाबतीतली माझी इच्छा अद्यापिही अतृप्त राहिली आहे, हे मात्र खरे! त्यावेळी मला पोहण्यापेक्षा वाचनाचीच ओढ अधिक लागे. मी मनात म्हणत असे... 'पोहायला हवा तेवढा वेळ मिळेल पुढे! पण विद्या संपादन करायची ही संधी आपण गमावली, तर ती मात्र पुन्हा परत येणार नाही!'

आज पंचवीस वर्षांनी वाटते त्यावेळीच मी यथेच्छ पोहून घ्यावयास हवे होते. विद्यार्थिदशेत माझा पोहण्यात वेळ गेला असता, तर माझे संस्कृत पाठांतर कमी झाले असते, बीजगणिताच्या सर्व पुस्तकांतली सर्व

उदाहरणे मी सोडविली आहेत, असे अभिमानाने मला म्हणता आले नसते आणि लायब्ररीतले प्रत्येक मराठी नाटक आणि कादंबरी मी वाचली आहे, अशी प्रौढीही मला मिरवता आली नसती, हे खरे! पण पोहण्याचा आनंद गमावून मी जे विद्याधन संपादन केले, ते तरी आता माझ्यापाशी कुठे आहे? मला पाठ येत असलेले बहुतेक संस्कृत श्लोक आता तीन किंवा साडेतीन चरणांचे होऊन बसलेले आहेत. बीजगणितातला कूटप्रश्न हा मला आता खरोखरी कूट प्रश्न वाटतो आणि मी अधाशीपणाने वाचलेली शेकडो नाटके, कादंबऱ्यांची पुस्तके...

लहानपणी खूप पतंग उडविले, म्हणून काही मोठेपणी कुणी वैमानिक होत नाही!

पुस्तकांकडे थोडे दुर्लक्ष करून मी दररोज कृष्णेवर पोहायला गेलो असतो, तर– तर त्या अगणित घटकांच्या स्मृतींनीसुद्धा आता माझ्या मनाला आनंद झाला असता. याबाबतीत मनाला जी एक प्रकारची अतृप्तता वाटते, ती कधीच जाणवली नसती!

पण –

आता दररोज पोहायला जावे म्हटले, तर महिन्यामहिन्यांत मला सवड मिळत नाही आणि कधी सवड मिळालीच, तर थंड पाण्यातले डुंबणे आपल्याला सोसेल की नाही, हा प्रश्न दत्त म्हणून पुढे उभा राहतो!

जी कथा पोहण्याची, तीच फिरण्याची, तीच खाण्याची, तीच खेळांची आणि तीच प्रवासाची!

मी अजून गिरसप्पा पाहिला नाही, ताजमहाल पाहिला नाही, अजिंठ्याची लेणीही पाहिली नाहीत! हे सारे पाहायची इच्छा लहानपणापासून माझ्या मनात मोठ्या उत्कटतेने वास करीत आली आहे. पण विद्यार्थिदशेत तिसऱ्या वर्गाच्या भाड्याचेही पैसे खिशात नसत, म्हणून मी फारसा प्रवास करू शकलो नाही. शिक्षक झाल्यावर सुटीचे दिवस लेखन-वाचनाला उपयोगी, म्हणून मी जागेवरून हललो नाही आणि आता–

आता मला वाटते– सुटीतला सारा वेळ लेखन-वाचनाला न देता दरवर्षी थोडाफार प्रवास करण्याचा प्रघात मी ठेवला असता, तर फार बरे झाले असते! आपणाला हवा असलेला आनंद आजच्यापेक्षा उद्या अधिक सुलभतेने व विपुलतेने मिळेल, या मोहाने मनुष्य मनोराज्ये करीत बसतो! त्याला वर्तमानकाळापेक्षा भविष्यकाळ फार आकर्षक वाटतो; पण एक गोष्ट काही केल्या त्याला कळत नाही. भविष्यकाळ दूर असल्यामुळेच आपल्याला

सुंदर दिसतो! ते सौंदर्य तैलचित्राचे असते. दुरून साजऱ्या दिसणाऱ्या डोंगराचे असते– मृगजळाचे असते– कांचनमृगाचे असते!

भूतकाळ मनुष्याला स्मृतीचा आनंद देतो, भविष्यकाळ त्याला स्वप्नाचा आनंद देतो! पण प्रत्यक्ष जीवनाचा आनंद जर त्याला कुणी देत असेल, तर तो वर्तमानकाळच! 'One today is worth two tomorrows' या उक्तीचे मर्म हेच आहे, नाही का? उद्या फुलणाऱ्या कळ्या सुंदर असल्या, तरी आज फुलांचा सुवास त्यांच्यापासून कसा मिळणार?

पण ही साधी गोष्टच आपणाला अनेकदा कळत नाही. आगगाडीतून जाणारा प्रवासी भोवतालच्या सृष्टिसौंदर्याशी समरस होण्याऐवजी आपणाला ज्या स्टेशनवर उतरायचे आहे, तिथे टांगे मिळतात की नाही, याचीच विवंचना करीत बसलेला असतो. केस कमी होऊ लागल्यामुळे आपल्याला अकाली टक्कल पडून आपण पतीला अप्रिय होऊ की काय, या काळजीने चार-चार घटका केसांना भलभलती तेले लावीत बसणाऱ्या तरुण स्त्रीला तेवढा वेळ नवऱ्याशी खेळकरपणाने बोलत बसायला मात्र मिळत नाही!

असली अनेक उदाहरणे पाहिली, की 'We never live, We only hope to live' हे पास्कलचे शब्द मला खरे वाटू लागतात. प्रत्येक मनुष्य कुरकुरत म्हणत असतो : आजच्या जीवनात काव्य, सौख्य, आनंद या गोष्टी जवळजवळ नाहीतच. त्या उद्याच्या जीवनात मात्र आपल्याला निश्चित मिळतील! उद्याचा दिवस केव्हा उजाडतो, याची तो उत्कंठेने वाट पाहत असतो. पण 'उद्या'चे रूपांतर 'आज'मध्ये झाले, की वर्तमानावर अकारण असंतुष्ट होणारा मानवप्राणी चित्रांचे पुस्तक पाहणाऱ्या अवीप्रमाणे ओरडतो,

'पुढे चला, आणखी पुढे चला! पुढे-पुढे...'

बिचाऱ्याच्या हे लक्षातही येत नाही, की मानवी जीवनातली प्रत्येक घटका– किंबहुना प्रत्येक क्षण – ही एक सुखाची दीपमाळ असते! पावसाच्या सरीत, हिरवळीत, आकाशात उडणाऱ्या घारीत, पुस्तकात, घरात बागडणाऱ्या चिमुकल्यांत, एक शब्दही न बोलता तुम्हाला हवा तेवढाच गोड चहा करून देणाऱ्या पत्नीत, जिथे पाहावे, तिथे या दीपमाळेवरल्या दिव्यांचा मंदमधुर प्रकाश पसरलेला असतो. त्याच्याकडे दुर्लक्ष करून 'पुढे-पुढे' म्हणून धावत सुटणे हे–

अवी आणि मंदा यांनी तिसऱ्यांदा त्या पुस्तकातली चित्रे पाहायला

सुरुवात केली होती. अवी मंदाला सांगत होता–

'हा हत्ती चहा पीत बसला आहे– नि त्यानं नाइट सूट घातला आहे– हा नाइट सूट माझ्यासारख्या निळ्यानिळ्या रेघांचा आहे– हत्तीचा एक दात शिंगासारखा दिसतोय– त्याच्या हातात एक पत्र आहे– त्याच्या पलीकडच्या टेबलावर पिवळी नि तांबडी फुले आहेत– त्याच्या चहाच्या पेल्यात चमचा आहे– त्याला खूप खूप गोड चहा आवडतो.'

मंदा पान उलटू लागली; पण अवीने तिचा हात धरला. त्या चित्रातल्या त्याला दिसणाऱ्या गमती अजून संपल्या नव्हत्या!

◆

दोन पत्रे

हातातले पहिले पत्र वाचण्यात मी इतका गुंग होऊन गेलो होतो, की दुसरे पाकीट आपण अजून फोडले नाही, याचे मला भानच नव्हते. मात्र यावरून माझ्या हातातले पत्र माहेरी गेलेल्या पत्नीचे होते आणि त्यात राणीसाहेबांच्या आगमनाची वार्ता होती, असा तर्क कृपा करून कोणी करू नये. राणीच्या जाहीरनाम्याला हिंदुस्थानच्या इतिहासात जेवढे महत्त्व आहे, तेवढेच राणीच्या बोटभर पत्राला प्रत्येक पुरुषाच्या आयुष्यात असते, हे मी अमान्य करीत नाही. पण माझी पत्नी सहसा माहेरी जात नसल्यामुळे आणि क्वचित गेली तरी मेघदूतासारखी काव्ये तिने वाचली नसल्यामुळे पोस्ट खात्याच्या उत्पन्नात आणि माझ्या वाचनात ती या दृष्टीने भर घालू शकत नाही, हे कबूल केलेच पाहिजे.

माझ्या हातातले पत्र एका रसिक विद्वान गृहस्थाचे होते. त्यांचा-माझा विशेष परिचय नव्हता. पण माझी नवी कादंबरी वाचून त्यांनी मोठ्या अगत्याने मला पत्र लिहिले होते. त्यांच्या पत्रातले ते एकच वाक्य मी पुन:पुन्हा मनात घोळवीत होतो. लहान मुले लिमलेटची गोळी चोखतात ना, तसे माझे मन त्या वाक्याचा आस्वाद घेत होते. लहान मुलाच्या तोंडातील लिमलेटची गोळी थोड्याच वेळात विरघळून जाते. पण माझ्या हातातल्या पत्रातले ते वाक्य– त्याची गोडी अगदी अवीट होती.

त्या गृहस्थांनी लिहिले होते,

'तुमची नवी कादंबरी वाचताना मला डोस्टोव्हस्कीची आठवण झाली.'

डोस्टोव्हस्की! 'Crime and punishment' सारखी अलौकिक कादंबरी लिहिणाऱ्या डोस्टोव्हस्कीची आठवण व्हावी, असे लेखन मी–

त्या वाक्याकडे पाहिले, की मला मूठभर मांस चढल्यासारखे वाटे. शेवटी मला वाटले, आपण फार वेळा या वाक्याकडे पाहिले, तर लठ्ठ होण्याकरिता एखादे औषध घ्यायची काही आपल्याला जरुरी पडणार नाही.

हा विचार मनात यायला नि अजून न उघडलेले ते दुसरे पत्र समोर दिसायला

गाठ पडली. पहिले पत्र नाइलाजाने बाजूला ठेवून, मी दुसरे पत्र उचलले. पत्त्याचे अक्षर तर माझ्या जिवलग मित्राचे होते. आठ दिवसांपूर्वीच मी त्याला माझी नवी कादंबरी सप्रेम भेट म्हणून पाठवली होती. माझ्या मनात आले, या पत्रात कादंबरीवरले आपले मत त्याने कळविले असावे. एका विशेष परिचय नसलेल्या रसिकाने 'तुमची नवी कादंबरी वाचताना मला डोस्टोव्हस्कीची आठवण झाली,' असे ज्या अर्थी लिहिले आहे, त्या अर्थी या मित्राने पत्रात आपल्यावर स्तुति-सुमनांचा नुसता वर्षाव केला असेल, अशी माझी कल्पना झाली.

पण ते पत्र उघडून मी वाचायला सुरुवात केली मात्र, आकाशात खूप उंच झोका घ्यावा आणि त्याच वेळी झोपाळ्याची फांदी कडकड करून कोसळून पडावी, तशी माझी स्थिती झाली. त्या पत्रातले पहिलेच वाक्य असे होते-

'आपल्या देशातल्या स्त्रियांनाच नव्हे, तर लेखकांनासुद्धा संततिनियमनाची आवश्यकता पटवून दिली पाहिजे, असे ही कादंबरी वाचून मला वाटते.'

कायनेलची गोळी चटकन गिळून टाकण्याचा प्रयत्न करावा, त्याप्रमाणे मी ते पत्र झटकन वाचून संपविण्याची शिकस्त केली; पण कित्येकदा ती गोळी जशी टाळ्याला चिकटून सारे तोंड कडू करून टाकते, तशी त्या पत्रातल्या दोन-तीन वाक्यांनी माझी स्थिती केली. संततिनियमन काय नि कार्बन कॉपी काय? मला ते पत्र पुन्हा वाचवेना.

ते पत्र दूर फेकून देऊन, मी पहिले पत्र हातात घेतले. अंगातून घामाच्या धारा वाहत असताना विजेचा पंखा एकदम सुरू व्हावा, तसा आनंद ते पहिले पत्र वाचून आपल्याला होईल, अशी माझी अटकळ होती.

पण या वेळी ती सपशेल चुकली.

त्या पत्रातले ते वाक्य– डोस्टोव्हस्कीची आठवण- छे!

तेही पत्र मी दूर फेकून दिले. कुठलेच पत्र वाचावेसे वाटेना. पहिल्या पत्रातली ती स्तुती- सूर्याच्या प्रखर प्रकाशाकडे टक लावून पाहिले की, डोळे मिटून घ्यावेसे वाटतात ना? ती स्तुती आठवताच माझ्या मनाची तशी स्थिती झाली आणि दुसऱ्या पत्रातली ती निंदा- काळ्याकुट्ट काळोखाकडेही मनुष्याला फार वेळ पाहवत नाही!

दुसऱ्या पत्रातली ती निंदा खोटी होती? छे! मित्र मित्राविरुद्ध अकारण विरुद्ध लिहील? माझ्या मित्राच्या प्रेमाची मला पूर्ण कल्पना होती.

मग ती स्तुती खोटी असली पाहिजे!– पण माझी खोटी स्तुती करून त्या मनुष्याला काय मिळवायचे होते? तो मनुष्य विद्वान होता, रसिक होता, सुखवस्तू होता; इतकेच नव्हे, तर नि:पक्षपाती म्हणूनही आपल्या मित्रमंडळात प्रसिद्ध होता!

एक प्रकारची विचित्र उदासीनता माझ्या मनावर पसरली. माझी कादंबरी चांगली आहे, की वाईट आहे, हेच मला कळेना.

अस्वस्थ मनुष्य हाताने काहीतरी चाळा करू लागतो. मी कपाट उघडले आणि हाताला येईल ते पुस्तक घेऊन सहज त्याचे शेवटचे पान उघडले. गडकऱ्यांची वाग्वैजयंती होती ती! तिच्या शेवटच्या पानावर 'माझा मृत्युलेख' या नावाचा एक श्लोक आहे. त्याच्यावरून मी दृष्टी फिरविली मात्र! सूर्य वर आल्याबरोबर धुके नाहीसे व्हावे, त्याप्रमाणे माझ्या मनाची उदासीनता क्षणार्धात मावळली.

गडकरी म्हणत होते :

"यावज्जीवहि 'काय मी' न कळलें आप्तांप्रती नीटसें।
मित्रातेंहि कळे न गूढ, न कळे माझें मलाही तसें।।"

या दोन ओळींत तरल कल्पकता नाही, उत्कट भावना नही, काही नाही. 'वाग्वैजयंती' मी प्रथम वाचली, तेव्हा 'नूरजहान'चे चित्र काढणाऱ्या चित्रकाराने गमतीने एखाद्या भिकारणीचे चित्र काढावे, तशी ही कविता मला वाटली होती.

पण आज मात्र या कवितेत अधिक सूक्ष्म आणि अधिक खोल असे काहीतरी आहे, अशी माझी खात्री झाली. मनुष्याच्या मनाच्या काही जखमा इतक्या सूक्ष्म असतात, की त्या त्याला दुसऱ्याला दाखविताच येत नाहीत. त्या दोन पत्रांनी माझ्या मनाला अशीच एक विचित्र जखम केली होती. गडकऱ्यांच्या या कवितेतही अशा सूक्ष्म, पण विचित्र जखमेने होणाऱ्या वेदनांचे प्रतिबिंब होते.

माझ्या कादंबरीसंबंधाने अगदी परस्परविरुद्ध अशी मते वाचून माझे मन मघाशी गोंधळले होते. पण आता मला त्या गोष्टीचे हसू येऊ लागले. एका कादंबरीची कथा काय? खुद्द माझ्याविषयी तरी मला ओळखणाऱ्या लोकांचे एकमत कुठे आहे?

गतवर्षीची ती गंमत! माझ्या घरी येऊन राहिलेले एक पाहुणे मुंबईस गेले. तिसऱ्याच दिवशी मला माझ्या मुंबईच्या मित्रांनी कळविले, की जो जो भेटेल, त्याला त्याला मी मोठा आढ्यताखोर गृहस्थ आहे, असे तो अतिथिदेव सांगत सुटला आहे.

त्याच आठवड्यात दुसरे एक पाहुणे माझ्याकडे आले. ते परत गेल्यावर पुण्याच्या मित्रांनी लिहिले,

"दर उन्हाळ्याच्या सुट्टीत तुमच्या सहवासात एक तरी दिवस घालवायचा, असे त्यांनी ठरविले आहे! तुमच्याइतका मनमोकळा मनुष्य.."

त्यावेळी माझ्या मनात जी कल्पना अंधुकपणाने येऊन गेली होती... तीच आता मला खरी वाटू लागली. आयुष्य हा आपल्या प्रामाणिक मिळकतीचा जमाखर्च नाही. त्यात लॉटरीचे तिकीट काढल्यामुळे मिळणारी रक्कम जमेला धरावी लागते आणि चोरी झाल्यामुळे कमी होणारे पैसे खर्चाच्या खाती घालावे लागतात!

माझ्या कादंबरीकडे काय अथवा माझ्याकडे काय, जो तो आपापल्या दृष्टीने पाहणारा आणि प्रत्येकाच्या दृष्टीत किती निरनिराळ्या आवडीनिवडींचे संमेलन झालेले असते, हे कुणी सांगावे?

रुग्णशय्येवर पडलेल्या तांब्यांनी मृत्यूचे स्वागत करण्याकरिता खालील ओळी म्हणत स्वत:ला सिद्ध केले :

"जन पळभर म्हणतील 'हाय! हाय!'
मी जातां राहिल कार्य काय?
रामकृष्णही आले गेले,
त्याविण जग का ओसचि पडलें?"

या ओळी हजारदा ऐकल्या, तरीही त्यातील कारुण्य कमी होत नाही.

पण खरोखरच राम आणि कृष्ण हे नुसते आले आणि गेले, असे म्हणता येईल का? पितृवचन पाळण्याकरिता चौदा वर्षांचा वनवास स्वीकारणारा राम! दात्यांचे 'सवती-मत्सरा'तले रामाचे काम पाहून माझ्या डोळ्यांत उभे राहिलेले अश्रू खोटे होते? छे! मूठभर पोहे घेऊन मित्राच्या भेटीला जाणाऱ्या सुदाम्याला सुवर्णनगरी देणाऱ्या कृष्णाच्या बालमैत्रीची कथा वाचली, की अजूनही माझ्या मनाला जो सात्त्विक आनंद होतो, तो काय उगीचच?

तांबे मोठे कवी आहेत; पण लॉंगफेलो हाही एक मोठा कवी होता. तो कवी, रामकृष्णांसारखे महात्मे जगात नुसते येतात आणि जातात, हे मान्य करायला मुळीच तयार नाही. तो म्हणतो :

"Lives of great men all remind us
We can make our lives subline
Departing leave behind us
Foot-prints on the sands of time!"

तांब्यांच्या ओळींतला करुण अनुभव जितका खरा, तितकाच या ओळींतला

दोन पत्रे । ९

उदात्त आशावादही खरा आहे. आपल्या बहुरंगी जीवनात हे दोन रंग आहेत. तांब्यांच्या ओळींतले कारुण्य कळायला रुग्णशय्येवर पडून मृत्यूच्या मूर्तीचे दर्शन घ्यायला हवे! लाँगफेलोच्या कवितेतला उदात्तपणा प्रतीत व्हायला बुद्धापासून लिव्हिंगस्टनपर्यंतचे अनेक जीवनपट डोळ्यांपुढून जायला हवेत!

चित्रपटात एखादी स्त्री एखादेवेळी फार सुंदर दिसते. छायालेखकाला तिचे सौंदर्य प्रगट करणारा कोन त्यावेळी साधलेला असतो. पण त्याच चित्रपटातल्या दुसऱ्या एखाद्या दृश्यात तिची आकृती आकर्षक वाटत नाही. यात दोष कुणाचा? तिचाही नाही आणि छायालेखकाचाही नाही. एका विशिष्ट बाजूनेच ती सुंदर दिसू शकते; पण अभिनय करताना प्रत्येकवेळी तिची विशिष्ट बाजू छायालेखकापुढे कशी येईल?

मी शीळ घालीत ती दूर फेकून दिलेली दोन्ही पत्रे उचलली आणि त्यांना आभारदर्शक उत्तरे लिहिण्यासाठी टेबलाकडे वळलो.

◆

आंब्याचा मोहर

"हा हत्ती चहा पीत बसला आहे... नि त्यानं नाइट सूट घातला आहे..."

मंदा अगदी रंगात येऊन वर्णन करीत होती. पण अवी मधेच म्हणाला,

"पुढे काय झालं, ते सांग!"

त्याने घाईघाईने त्या चित्रमय पुस्तकाचे पान उलटलेसुद्धा!

मंदा वर्णन करू लागली,

"हत्ती स्टेशनवर जायला निघाला आहे. त्याच्या डोक्याला खादीची टोपी आहे नि हातात..."

"पुढं?" असा अधीरपणाने प्रश्न करीत अवीने पुढचे पान काढले.

"हत्ती पाखराबरोबर समुद्रात पोहायला गेला... तिथे मोठी लाट आल्याबरोबर त्याच्या नाकातोंडात पाणी जाऊन तो घाबरला... किनाऱ्यावर वाळूत येऊन बसल्यावर तो सोंडेने एका खेकड्याला त्रास देऊ लागला नि मग खेकडा त्याला चावला..."

या सर्व प्रसंगांची त्या पुस्तकातली चित्रे सुंदर होती. मंदा प्रत्येक चित्राचे खूप खूप वर्णन करू लागे. पण अवी प्रत्येक वेळी "पुढं?", "पुढं?" असा प्रश्न करून तिच्या रंगाचा भंग करी आणि पुढचे पान उघडी.

घिसाडघाईने म्हणा किंवा लगीनघाईने म्हणा, अवी शेवटच्या पानापर्यंत पोहचला. पाखरांचा पाहुणचार घेऊन हत्ती घरी परत येतो, असे दृश्य शेवटच्या चित्रात होते. ते चित्र घाईघाईने पाहून अवीने प्रश्न केला,

"पुढं?"

मंदा क्षणभर गोंधळली. लगेच तिने पुस्तकाचे पहिले पान उघडले आणि ती सांगू लागली,

"हा हत्ती चहा पीत बसला आहे नि त्यानं नाइट सूट घातला आहे..."

अवी निरखून पाहून बोलू लागला,

"तो नाइट सूट माझ्यासारखा निळ्यानिळ्या रेघांचा आहे... हत्तीचा एक

मी कधी ससा पाळून पाहिलेला नाही. पण धन्याने पहिल्यांदा अंगाला हात लावताच तो जेवढ्या भित्रेपणाने त्याच्याकडे पाहत असेल, तेवढ्याच धीटपणाने चार दिवसांनी तो आपल्या मालकाच्या अंगावर उड्या मारायला लागत असेल, असा माझा तर्क आहे!

हा तर्क अगदीच निराधार नाही. कुणाही स्नेह्यांच्या घरी गेले, की मला नेहमी एकच अनुभव येतो. घरातली चिमणी बाळे सशाच्या भित्र्या नजरेने पहिल्यांदा माझ्याकडे पाहतात, दूर दूर कोपऱ्यात उभी राहून ती या नव्या काकाचे सूक्ष्म निरीक्षण करतात. हाक मारली, तर ओ द्यायला सुद्धा लाजतात. पण चार घटका गेल्या, की तीच जवळ येऊन नाचू-बागडू लागतात. 'मला कुत्र्याचं पिलू नको, हत्तीचं पिलू आणून द्या,' म्हणून हट्ट धरतात. चार बोळकी मांडून 'काका, जेवायला चला' म्हणून आग्रह धरतात आणि –

परवा असेच झाले. दीड वर्षाने मी त्या स्नेह्याच्या घरी गेलो होतो. त्यामुळे त्यांची दोन्ही मुले पहिल्यांदा मला पाहून थोडीशी बुजली. पण सात पावले बरोबर चालले, की सख्य निर्माण होते, हा अनुभव त्यांच्या बाबतीत लगेच आला. थोड्या वेळाने दोघेही मला बिलगली आणि काकांचे मनोरंजन करण्याकरिता सिनेमातली गाणी म्हणून दाखवायला त्यांनी सुरुवात केली.

अर्थात त्या गाण्यांपैकी एकही त्यांना पुरे आणि बिनचूक येत नव्हते, हे सांगायला नकोच. 'माझ्या दादाच्या घरी', 'गुणि बाळा' या जी.आय.पी.च्या डब्याला 'चिमण्या मोराचा ग' हा बी.बी.चा डबा जोडण्यात आला होता आणि 'यमुनाजळि खेळु' हे शब्द ऐकताच 'काय खेळणार?' म्हणून मी विचारले तेव्हा 'विटी दांडू' हे त्या प्रश्नाचे उत्तर मला मुकाट्याने मान्य करावे लागले.

मी अंघोळीला आलो, तेव्हा माझ्याबरोबर मुलेही आली. मागच्या दारी कसली तरी दोन झाडे होती. तिथे जाऊन मुले खेळू लागली. दोघेही तोंडाने गात होती.

'मोहर आंब्याला आला!'

न्हाणीघरात अंघोळ करीत असताना ही ओळ पुनःपुन्हा माझ्या कानांवर पडत होती. माझ्या मनात आले : आंबा हा वृक्षांचा राजा आहे, हेच खरे! कालिदासापासून केशवकुमारापर्यंत साऱ्या कवींना याने वेडे केले आहे. शकुंतला ज्या वेलीला प्रेमाने पाणी घालीत असे, तिचा वाङ्निश्चय कालिदासाला

कण्वाच्या तपोवनातल्या दुसऱ्या कुठल्याही वृक्षाशी करता आला असता आणि दारूबंदीच्या दिवशी गोविंदा आणि शेवंती जे प्रेमगीत गातात, त्याला योग्य असे वातावरण अत्रेही दुसऱ्या कल्पनांनी निर्माण करू शकले असते! पण त्यांनी तसे केले असते, तर ती ती स्थळे इतकी मनोरम झाली असती का?

वड, पिंपळ, साग, फणस, माड– कितीतरी झाडे माझ्या डोळ्यांपुढून गेली. पण आम्रवृक्षांचे सौंदर्य त्यांच्यापैकी एकातही मला आढळेना. संस्कृत कवींच्या काव्यदृष्टीचे कौतुक करीतच मी न्हाणीघरातून बाहेर पडलो.

दोन्ही मुले झाडाखाली उभी राहून गातच होती :

'मोहर आंब्याला आला!'

मी दिसताच 'काका, काका' म्हणून त्यांनी हाका मारल्या.

मी हसत त्यांच्याजवळ गेलो.

पण त्यांना प्रेमाने कुरवाळण्याऐवजी मी त्या दोन झाडांकडे पाहतच राहिलो.

त्यापैकी एक पपनसाचे होते, दुसरे डाळिंबाचे होते. पहिल्या झाडाला ठिकठिकाणी लटकलेली लहान हिरवी पपनसे पाहून मला एरॉस थिएटरच्या दर्शनी भागात मोठ्या कुशलतेने गुंफलेल्या रबरी फुग्यांच्या गुच्छांची आठवण झाली. इतक्यात दोन्ही मुले उद्‌गारली,

'काका, कित्ती कित्ती फुटबॉल लागलेत झाडाला!'

मी डाळिंबाकडे पाहिले. त्याला लटकलेल्या डाळिंबांचे सौंदर्य निराळ्याच तऱ्हेचे होते. हिरव्यागार रंगाच्या फळांना कुणीतरी अरुणोदयात बुडवून आणले असावे, असे त्यांच्या फिकट तांबड्या रंगावरून वाटत होते.

घरात जेवायला बोलावले, म्हणूनच मी आलो, नाहीतर त्या दोन्ही सुंदर झाडांकडे पाहत एखाद्या लहान मुलाप्रमाणे मी कितीतरी वेळ तिथेच उभा राहिलो असतो.

मागच्या दाराच्या पायऱ्या चढता चढता मी सहज या झाडांकडे पाहिले. एकदम माझी नजर कुठेतरी दूर दिसणाऱ्या चिंचेच्या झाडाकडे गेली. त्याचा वरचा भागच मला दिसत होता. पण जिकडेतिकडे चिंचाच चिंचा लटकत असल्यामुळे तो किती प्रेक्षणीय वाटत होता! एखाद्या दीपमाळेवरले सर्व दिवे लावले, की साध्या दगडालासुद्धा जसे तेज चढते, तसे चिंचांनी फुललेले ते झाड शोभिवंत दिसत होते.

जेवतानाही मुलांचे तेच गाणे चालले होते :

आंब्याचा मोहर । १३

'मोहर आंब्याला आला!'

माझे मन म्हणू लागले : आंब्याचा मोहर मोठा सुंदर असेल! पण पपनसे, डाळिंबे, चिंचा या झाडांची दृश्येसुद्धा काही कमी आकर्षक नसतात!

यांच्यापैकी कुठल्या झाडाचा आतापर्यंत काव्य-वाङ्मयात कितीदा उल्लेख आला आहे, याची मी आठवण करू लागलो, तेव्हा माझे मलाच आश्चर्य वाटले. हिरव्या चिंचा पाहून मोठमोठ्या कवींच्या तोंडांना पाणी सुटले असेल; पण आपल्या कवितेत चिंचेचा उल्लेख करणारा कवी मात्र एकसुद्धा आठवेना. तीच स्थिती पपनसाची! मिऱ्यांची पूड आणि साखर लावून पिकलेल्या पपनसाच्या माणिकमोत्यांच्या रंगांच्या कळ्यांचा आस्वाद अनेक कवींनी घेतला असेल; पण त्याचा काव्यात उल्लेख? छे! अब्रह्मण्यम्! आणि संस्कृत वाङ्मयातील सर्व दंतवर्णने पाहिली, तर कुंदकळ्यांच्या मानाने डाळिंबाच्या दाण्यांची उपमा क्वचितच आली असेल!

मानवी मन अजून आपल्याभोवतालच्या सामान्य वस्तूंतले सौंदर्य अनुभवण्याइतके सूक्ष्म झाले नाही, हेच खरे. सीता रामाबरोबर वनवासाला गेली, याचे कोडकौतुक वाल्मीकीपासून भवभूतीपर्यंत सर्व कवींनी केले आणि पिढ्यान्पिढ्या लोक ते आनंदाने वाचीत आले. पण स्वयंपाकीण होऊन आपल्या मुलांना मोठेपणाचा मार्ग मोकळा करून देणाऱ्या मातांची उदाहरणे डोळ्यांसमोर असूनही ती कुणाला दिसत नाहीत! आणि क्वचित दिसलीच, तर ती काव्याला योग्य वाटत नाहीत! हरिश्चंद्राच्या राज्यत्यागाची मोहिनी व्यासापासून मुक्तेश्वरापर्यंतच्या कवींवरच पडली होती, असे नाही. आजचे चित्रपट प्रेक्षकही त्यात रंगून जातात. मात्र या प्रेक्षकांपैकी एकालाही प्रसंगी उपाशी राहून अभ्यास करणारे विद्यार्थी अथवा देशाच्या स्वातंत्र्यसंग्रामात कामाला येणारे तरुण हरिश्चंद्राइतकेच मोठे असतात, याची कल्पना येत नाही.

या विचारांनी अस्वस्थ झालेल्या मन:स्थितीतच माझे जेवण संपले. माझ्याबरोबर सुपारीचे बोकणे भरत भरत दोन्ही मुले गातच होती :

'मोहर आंब्याला आला!'

माझे मन म्हणत होते, संकेताच्या संकुचित सृष्टीतून आपल्या समाजाची सुटका कधी होणार? पुस्तकी शिक्षणाने माणुसकीची वाढ होत नाही, हे अनुभवूनसुद्धा आम्ही अजून त्याच कोंडवाड्यात आनंदाने दिवस काढीत आहोत. मोठमोठी राष्ट्रे काल केलेल्या कराराचे कागद आज फाडून टाकीत असताना, सत्य हे मानवी व्यवहाराचे मुख्य सूत्र आहे, असे समजूनच आम्ही राजकारण लढवीत आहोत. स्त्री-पुरुषांच्या प्रेमामध्ये शारीरिक आकर्षणाचा जो भाग आहे,

त्याच्याकडे दुर्लक्ष करून त्या प्रेमाच्या मागे 'पवित्र', 'स्वर्गीय', इत्यादी उपाधी वेळी-अवेळी लावायलाही आम्ही कमी करीत नाही. छे! पूर्वी माणसाला भिंतीत चिणून मारीत असत, त्याप्रमाणे माणसाच्या स्वाभाविक जीवनाचा जीर्ण संकेतांनी गुंफलेल्या आजच्या समाजरचनेत कोंडमारा होत आहे. हा कोंडमारा–

विचारपालट व्हावा, म्हणून मी पलीकडे पडलेले पुस्तक सहज उचलले. तांब्यांचा काव्यसंग्रह होता तो! हाताला येईल ते पान मी उघडले. त्या पानावरल्या कवितेचे नाव 'सहज तुझी हालचाल–' असे होते. कविता प्रेमविषयक आहे, हे मथळ्यावरून उघड होत होते. मला वाटले, कवीने आपल्या प्रणयिनीला अप्सरा मानून सर्व ठराविक उपमांचा तिच्यावर वर्षाव केला असावा.

पण पहिलेच कडवे वाचून मी चकित झालो. त्याच्याशी हरणासारखे डोळे, कुंदकळ्यांसारखे दात, भुंग्यांसारखे केस वगैरेचा काडीइतकासुद्धा संबंध नव्हता. कवी आपल्या प्रणयिनीला फक्त एवढेच सांगत होता :

> सहज चालणेंहि तुझें
> सहज बोलणेंहि तुझें
> सहज पाहणेंहि तुझें
> मोहिनी मज घालतें!

आपल्या साध्याभोळ्या बायकोवर साधेसुधे प्रेम करणाऱ्या सामान्य मनुष्यालासुद्धा सुलभ असणारा हा अनुभव होता आणि त्याच्यापुढचे वर्णन खोटे आहे; असे म्हणणारा मनुष्यसुद्धा ब्रह्मचारी किंवा वेडा असला पाहिजे, अशी माझी खात्री झाली. कवी आपल्या रसाळ वाणीने गात होता :

> संसृतिचा घोर भार
> बघतां तूं एकवार
> विलया, सखि, जाय पार
> देहभान लोपतें!

मी पुस्तक मिटून पाहिले– 'मोहर आंब्याला आला' हे गाणारी चिमणी पाखरे हां हां म्हणता झोपी गेली होती. पण माझ्या कानांत कुणीतरी गुणगुणत होते– मोहर आंब्यालाच येत नाही, साऱ्या झाडांना येतो!

◆

अकल्पित संदेश

आता-आताशी कुठलीही सभा म्हटली, की माझ्या अंगावर काटाच उभा राहतो. आपल्या भाषणाने शेकडो श्रोत्यांचे आपण समाधान करू शकू, की नाही, या शंकेने नव्हे, तर सभा संपल्यावर स्वाक्षरी घेण्याकरिता वक्त्याभोवती अल्लड तरुण-तरुणींची जी गर्दी होते, तिच्या भयाने! तसे पाहिले तर विशीच्या आतली तरुण मंडळी मला फार आवडतात. हिवाळ्यात निष्पर्ण झालेली सृष्टी वसंताच्या आगमनाने जशी पल्लवित होते, तसे तरुण-तरुणींच्या हास्यमुद्रांनी उदास वातावरण प्रफुल्लित होते, असा माझा अनुभव आहे. जीवनसागराला भरती येऊ लागल्यावर त्याच्या पहिल्या लाटांचे अवखळ पाणी तरुण-तरुणींच्या कणाकणांतून जणू काही उसळत असते. त्यामुळे एखादी प्रणयरम्य कादंबरी वाचीत असताना गरीब कारकून जसे आपले संसारदु:ख विसरून जातो, त्याप्रमाणे तरुण-तरुणींच्या सहवासात प्रौढ माणसांनाही ह्रदयात सलणाऱ्या अनंत शल्यांचा विसर पडत असतो. मात्र एक गोष्ट अवश्य लक्षात ठेवली पाहिजे; या तरुण-तरुणींच्या हातांत सुंदर पुठ्ठ्यांच्या स्वाक्षरी घ्यायच्या छोट्या वह्या असता कामा नयेत.

स्वत:ची सही देण्यात एवढे भिण्यासारखे काय आहे, असा प्रश्न ज्यांच्या सह्या मनीऑर्डर घेऊन आलेल्या पोस्टाच्या शिपायाखेरीज कुणीच मागितल्या नसतील, त्यांच्या मनात उभा राहणे स्वाभाविक आहे. तसे पाहिले, तर शिक्षकाच्या धंद्यात शेकडो मुलांच्या वह्यांचे गठ्ठे तपासून आणि साऱ्या शाळेच्या प्रगतिपुस्तकांवर दर महिन्याला सह्या करून, माझी स्वाक्षरी चांगलीच घडली आहे. पण तरुण-तरुणींच्या या स्वाक्षरी प्रकरणात एक मोठी गोम असते. त्यांना नुसती सही नको– संदेश हवा!

आता तुम्हीच सांगा, माझ्यासारख्या माणसाने प्रामाणिकपणे संदेश द्यायचे ठरवले, तर त्याला स्वाक्षरीच्या साऱ्या वह्या कोऱ्याच ठेवाव्या लागतील, की

नाही? संदेश म्हटला, की त्यात काहीतरी भव्य, उच्च नि उदात्त असलेच पाहिजे! 'आधी पोटोबा नि मग विठोबा' हा अनुभव जगात माझ्याप्रमाणे प्रत्येकाला येत असला, तरी संदेश म्हणून तो लिहिण्याची छाती कुणाला तरी होईल का? बरे, आपल्या अनुभवाला आलेली कटू सत्ये लपवून ठेवायचे ठरविले, तर धडधडीत खोटे संदेश द्यायची पाळी येते! 'कर्मण्येवाऽधिकारस्ते' हा श्रीकृष्णाचा संदेश देण्याकरिता पहिल्या पहिल्यांदा माझे हात फार खुरखुरत असत. पण कुठल्याही मासिकाने माझ्या लेखनाचा मोबदला बुडविला, म्हणजे माझा जो चडफडाट होत असे, तो अशा वेळी मला आठवे आणि मी मनात म्हणे, ''आपल्याला सोंगे-ढोंगे साधत असती, तर आपण बुवा होऊन चैनीत लोळत राहिलो असतो. शिक्षकाचा नि लेखकाचा दरिद्री पेशा आपण कशाला पत्करला असता?'

असल्या अनुभवांमुळे संदेश देणे हे मला मोठे प्राणसंकट वाटते आणि कुठल्याही सभेत भाषणाच्या आरंभी जरी माझे मन गोंधळून जात नसले, तरी भाषण संपल्यावर मात्र मी कावराबावरा होतो. आभाराचे भाषण सुरू असतानाच अनेक तरुण-तरुणी वह्या सरसावून माझ्याकडे पाहू लागलेल्या दिसतात. गळ्यात पडलेला हार हातात घेऊन कुठल्या दरवाजाने पोबारा करावा, याचा विचार मी करतो, न करतो, तोच पातळांच्या आणि पायजम्यांच्या पलटणींनी मला वेढून टाकल्याचे दृश्य दिसू लागते. या संकटातून सहीसलामत सुटण्याचा मार्ग एकच असतो– मुकाट्याने शत्रूला शरण जाणे.

परवाच्या दिवशी सभा संपली, तेव्हा मी मुकाट्याने याच मार्गाचा आश्रय केला. आज स्वाक्षरीसाठी गडबडीने व्यासपीठावर येणाऱ्या तरुण मंडळींकडे पाहत 'बाळक्या आला, रे आला!' असे मोठ्याने म्हणायचे आणि सभागृहातून धूम ठोकायची, असे मी मनाशी ठरविले होते. पण मनातल्या शंभर गोष्टींपैकी जनात आपण पाचच करू शकतो, हा अनुभव इतरांप्रमाणे मलाही आला.

भोवताली चाललेल्या गडबडीकडे दुर्लक्ष करून मी एक स्वाक्षरीची वही हातात घेतली. काय लिहावे, हेच सुचेना. हाताला काहीतरी चाळा हवा, म्हणून मी त्या वहीची मागली पाने चाळू लागलो. एका बड्या साहित्यिकांनी आपला संदेश दिला होता–

'विचार हेच मनुष्याचे वैभव आहे!'

एका प्रांतिक पुढाऱ्यांनी लिहिले होते–

'वीर पुरुषापेक्षा विचारी पुरुषच खरे जगज्जेते असतात.'

एका विदुषींनी पोपटपंची केली होती–

'बुद्ध म्हणतो, तेच खरे आहे. All that we are is the result of what we have thought.'

भोवताली गर्दी वाढत होती. काकणे वाजत होती. वह्यांची पाने सळसळत होती. आता हातातल्या वहीत काहीतरी लिहिणे मला प्राप्तच होते. बोलरने टाकलेला चेंडू दिसला नाही, तरी खेळाडूला बॅट फिरवावीच लागते. मी लिहून गेलो–

'थोडे अविचारी व्हा!'

अवघे तीन शब्द! पण–

हे शब्द हातून लिहून झाले मात्र! आपण काहीतरी भलतेच लिहून गेलो, असे मला वाटले. हा संदेश खोडून 'सत्य सदा बोलावे', 'अहिंसा परमोधर्मः', 'जे का रंजले गांजले' किंवा 'Throw no stones into the well, whence you have drunk,' यापैकी एखादे वाक्य लिहावे, असा विचारसुद्धा माझ्या मनात येऊन गेला. पण त्याचा काहीच उपयोग नव्हता. बाण हातातून केव्हाच निघून गेला होता. इतकेच नव्हे, तर तो अगदी वर्मी लागला होता. त्या वहीचा मालक– एक सोळा-सतरा वर्षांचा विद्यार्थी– माझ्याकडे डोळे फाडून पाहत होता. बाहेर गेल्यावर माझ्या तोंडाला कसला तरी वास येत होता, असेसुद्धा त्याने आपल्या सोबत्यांना सांगितले असेल!

या संदेशाचा एका तरुणावर झालेला हा विलक्षण परिणाम पाहून मी तोच संदेश प्रत्येकाला देण्याचा सपाटा चालविला. माझी सही होताच जो तो आपापली वही उचली, दिलेल्या संदेशावरून नजर फिरवी आणि साप दिसला, की मनुष्य जसा भयभीत चेहरा करून दूर सरकतो, तसा निघून जाई.

घरी परत येताना या सर्व तरुण-तरुणींचे आश्चर्यचकित चेहरे माझ्या डोळ्यांपुढे एकसारखे उभे राहत होते. मी दिलेला संदेश नेहमीच्या पद्धतीपेक्षा थोडा निराळा होता, हे खरे; पण मी लिहिलेले ते वाक्य ही केवळ माझ्या मनाची प्रतिक्रिया होती. माझ्या हातात आलेल्या वहीत ज्याने त्याने विचारांचे गोडवे गायले होते. त्या अतिरेकावर काहीतरी उतारा हवाच होता. तो मी दिला, एवढेच! त्यात भयंकर असे काय घडले होते? मी थट्टेने काहीतरी लिहिले आहे, असे समजून त्या सर्वांनी हसत हसत जायला हवे होते. पण–

त्या सर्व तरुण मंडळींचे ते बुजरे चेहरे, त्या विलक्षण नजरा–

मी काहीतरी भलतेच लिहून तर गेलो नाही ना?

'थोडे अविचारी व्हा' हे शब्द मोठमोठ्या अक्षरांत माझ्या डोळ्यांपुढे नाचू लागले. क्षणभर माझे मन गोंधळून गेले. माझ्यासारख्याने तरुणतरुणींना विचारी व्हायला सांगायचे, की अविचारी होण्याचा उपदेश करायचा?

मी चुकलो तर नाही ना?

पण माझ्या मनाची ही रुखरुख फार वेळ राहिली नाही. माझ्या मनश्चक्षूंपुढे

१८ । अविनाश

एकामागून एक अशा अनेक मोठ्या माणसांच्या मूर्ती उभ्या राहिल्या. बुद्ध, कोलंबस, महात्मा गांधी–

बुद्धाच्या आयुष्यातील ती तेजस्वी मध्यरात्र मला आठवली– राजवाड्यातला शृंगारलेला महाल! मंचकावर लावण्याची खाण अशी पत्नी झोपलेली! तिचे केस भुरूभुरू उडत आहेत. जणू काही यौवन आणि मदन अदृश्य रूपाने त्या सुंदरीच्या उशाशी बसून तिला वारा घालीत आहेत. पलीकडेच रत्नजडित पाळण्यात एक बाळ निजले आहे. त्याच्या बोबड्या बोलांतून पाझरणारे अमृत कुणाला नकोसे होईल? पण पत्नी आणि पुत्र यांचे हे प्रेमपाश तटातट तोडून राजपुत्र गौतम त्या मध्यरात्री राजवाड्याबाहेर पडला. त्यावेळी प्रत्येकाला त्याचे ते कृत्य मोठ्या अविचाराचे वाटले. पण त्या अविचारानेच त्याला बुद्धाच्या पदवीला पोहचविले. गौतम विचार करीत राहिला असता, आपल्या पत्नीचे कसे होईल, पित्याला काय वाटेल, आपल्या पुत्राची काळजी कोण करील, इत्यादी गोष्टींचा विचार करण्याचा गौतमाने प्रयत्न केला असता, तर - तर इतिहास ज्यांच्याकडे ढुंकून पाहायलासुद्धा तयार नाही, अशा असंख्य राजांपैकी तोही एक झाला असता.

– आणि कोलंबस हिंदुस्थान शोधायला निघाला, तेव्हा त्यालासुद्धा सर्वांनी अविचारीच म्हटले नव्हते का? जी सुवर्णभूमी तो शोधायला निघाला होता, ती कुठल्या दिशेला आहे, तेसुद्धा त्याला पुरे ठाऊक नव्हते. ध्येय साध्य झाले नाही, तर समुद्रात जलसमाधी घेण्याशिवाय आपल्याला दुसरा कुठलाही मार्ग मोकळा नाही, हे काय त्याला कुणी सांगायला हवे होते? पण तो विचार करीत राहिला नाही. तो विचार करीत बसला असता, तर जन्मभर युरोपच्या किनाऱ्यावरच बसला असता आणि त्याच्या थडग्यावर स्मृतीदाखल काय लिहावयाचे, हा त्याच्या मित्रांना मोठा प्रश्न पडला असता. पण आज नेपोलियन आणि शेक्सपिअर यांच्या रांगेत इतिहासाने त्याला स्थान दिले आहे.

अँड्रोक्लीस सिंहाच्या पायातला काटा काढण्याकरिता पुढे झाला, तो काय पूर्ण विचार करून? तानाजी विचार करीत बसला नाही, म्हणूनच मूठभर मावळ्यांच्या मदतीने मध्यरात्री कोंडाण्यावर हल्ला करण्याचा त्याला हिय्या झाला. बोटीतून समुद्रात उडी टाकणारे सावरकर, मिठाच्या सत्याग्रहाने एका बलाढ्य साम्राज्यशाहीला सळो का पळो करून सोडणारे गांधीजी, ज्या भुकेच्या पायी विश्वामित्रासारख्या महर्षीनेसुद्धा चांभाराच्या घरच्या हाडकांची चोरी केली, त्या भुकेवर विजय मिळविणारा जतींद्र, यांनी जी दिव्ये करून दाखविली, त्यांचा उगम विचारांच्या पोटी आहे, असे कोण म्हणेल? विचार कितीही प्रभावी असला, तरी त्याला पंख नसतात! त्याला नेहमी जमिनीलाच चिकटून राहावे

लागते; पण अविचार मात्र अस्मानात भराऱ्या मारायला मोकळा असतो!

म्हणूनच गडकऱ्यांसारख्या प्रतिभासंपन्न कवीने विचारांची पुढील शब्दांनी संभावना केली आहे :

'नसत्या आधि
स्वैर शतावधि
निर्मुनि आधीं
क्षणोक्षणीं मग वाढविसी
विश्वामित्र दुजा गमसी।

देईन म्हणशी
सुंदर खाशी
'उद्यां' नराशीं
'आज' हातिंची परि हरिसी
मृगजळिं मनुजा खेळविसी!'

गडकरी नुसती विचारांची निंदा करूनच थांबले! त्यांच्या जागी मी असतो, तर अविचाराची जोराची तरफदारी केल्याशिवाय राहिलो नसतो! आणि ही तरफदारी सर्वांना पटावी, म्हणून सामान्य मनुष्याच्या आयुष्यातले एक उदाहरणही दिले असते. मला स्वत:ला सायकलवर मुळीच बसता येत नाही, पण पोहता मात्र चांगले येते. असे होण्याचे कारण– पहिले विचाराचे फळ, दुसरे अविचाराचे!

मी चार-पाच वर्षांचा असताना प्लेगात आम्ही माळावर राहायला गेलो होतो. एके दिवशी दुपारी माझा थोरला भाऊ आणि त्याचे काही सोबती यांनी विहिरीवर पोहायला जायची टूम काढली. गाड्याबरोबर नळ्याला यात्रा घडते, तसा मीही त्या टोळक्याबरोबर गेलो. विहिरीतल्या एका खडकावर कपडे राखण्याच्या कामावर मला बसवून आणि 'जागचा हलू नकोस हं', असे पुन:पुन्हा बजावून त्या साऱ्या मंडळींनी विहिरीत उड्या टाकल्या. प्रत्येक उडीबरोबर जे पाणी उसळले, ते मला दिवाळीतील पेटलेल्या बाणासारखे वाटले. सारी मुले पोहू लागली. एक बेडकासारखा पोहत होता, दुसरा उताणा पोहत होता. अंथरुणावर मजेत लोळत राहावे, तसे त्याचे पोहणे चालले होते. मला मोठी गंमत वाटली ते पाहून. पाण्याचे अंथरूण व पाण्याचेच पांघरूण! काय मजा असेल त्या लोळण्यात! मधेच दोन-तीन मुले पाण्याने निथळून बाहेर आली आणि त्यांनी उड्या मारायला सुरुवात केली. मुटका टाकणारा मुलगा पाहून मला

गणपती बुडतात, त्याची आठवण झाली. मोटेवरून उडी मारणारा मुलगा तर अगदी बुद्धाच्या मूर्तीसारखा दिसता होता आणि सुरकांडी मारणाऱ्या मुलाला पाहून सुंदर माशाची चपळ हालचालच माझ्या डोळ्यांपुढे उभी राहिली.

या देखाव्याने माझे भान हरपले. मी एकदम उठून उभा राहिलो. अंगात यावे, तसे काहातरी झाले होते मला. 'बाळू, मी आलो' असे मोठ्याने ओरडत मी विहिरीत उडी टाकली–

मुळीच पोहायला येत नसतानाही मी त्या दिवशी बुडालो नाही, हे सांगितलेच पाहिजे, असे नाही. त्या आकस्मिक उडीने मला थोडेसे पाणी चारले, हे खरे! पण त्या उडीनेच माझे पाण्याचे भय नाहीसे केले. पुढे चार-आठ दिवसांतच मला पोहता येऊ लागले.

पण सायकलवर बसणे मात्र–

माझ्या लहानपणी सायकली दुर्मीळ होत्या. आज मोटार ठेवण्याइतकेच त्यावेळी सायकल बाळगणे सामान्य मनुष्यांना कठीण वाटे. त्यामुळे दहा-बारा वर्षांपर्यंत मला 'हॉपिंग'साठीसुद्धा कुणाची सायकल मिळाली नाही. बारा वर्षांचा झाल्यावर मला वाटू लागले; आपले डोळे अधू आहेत. त्यामुळे सायकल चालविताना आपल्या हातून अपघात होण्याचा फार संभव आहे. तेव्हा चाळिशी मिळाल्यावरच आपण सायकलवर बसायला शिकू. डोळ्यांवर चष्मा येईपर्यंत माझी पंधरा वर्षे पुरी झाली होती. पण चष्मा आल्याबरोबर एक नवीनच भीती मनात उभी राहू लागली. शिकता शिकता आपण सायकलवरून पडलो, तर चष्म्याच्या काचा फुटतील, त्यातला एखादा तुकडा डोळ्यात जाईल नि मग– 'Oh! What is that thing called light?' या कवितेतले आंधळ्या मुलांचे करुण चित्र आठवून मी सायकलवर बसायला शिकण्याचा बेत त्यावेळी लांबणीवर टाकला आणि आता तर तो पुढल्या जन्मावरच गेला आहे!

लहानपणच्या या आठवणी मनात घोळत असतानाच मी घरी आलो. परगावची एक विद्यार्थिनी माझी स्वाक्षरी घेण्याकरिता घरी येऊन बसली होती. माझ्या हातात वही देत ती म्हणाली,

'नुसती स्वाक्षरी नको; संदेशही हवा!'

'अवश्य' असे हसत म्हणून मी तिच्या वहीवर लिहिले,

'थोड्या अविचारी व्हा!'

◆

मी आहे की!

माझी मोठी निराशा झाली!

माहेराहून आपल्या लवाजम्यानिशी येणाऱ्या पत्नीचे स्वागत करण्याकरिता स्टेशनवर अगदी वेळेवर हजर व्हावे आणि कडकट्टपाशी बसलेल्या मद्रासी सद्‌गृहस्थांनी 'गाडी दोन तास लेट आहे!' म्हणून सांगावे किंवा एखादा लोकप्रिय चित्रपट पाहण्याकरिता मुद्दाम टॅक्सी करून आपल्या कबिल्यासह थेटराच्या दारात उतरावे आणि 'बॉक्सची तिकिटं तेवढी शिल्लक आहेत,' हे व्यवस्थापकांचे शब्द कानांवर पडावेत; अगदी तश्शी स्थिती झाली माझी!

रविवारी दुपारी दोन वाजता चटकदार उन्हातून मी माझ्या स्नेह्यांना भेटायला आलो होतो. स्वारी या वेळी वामकुक्षी आटोपून उठली असेल-नसेल, अशी माझी कल्पना. पण दारात माझे पाऊल वाजताच वहिनी स्वयंपाकघरातून डोकावून पाहत म्हणाल्या, 'बाहेर जाणं झालं आहे!'

कपाळावरला घाम पुसत मी मनात म्हटले,

'निढळाच्या घामालासुद्धा या कलियुगात किंमत नाही, हेच खरे!'

आल्या पावली परत जावे, तर ऊन मी म्हणत होते! मी हुश्श करीत सोप्यावरल्या एका तक्क्याला टेकून बसलो नि वेळ घालविण्याकरिता काहीतरी वाचावे, म्हणून इकडे-तिकडे पाहू लागलो. पण कागदाचा एक कपटासुद्धा कुठे दिसेना! माझ्या मनात आले– हॉटेलापासून सलूनपर्यंत कुठेही तिष्ठत राहायची वेळ आली, तरी वेळ घालवायला हवी तेवढी वर्तमानपत्रे वाचायला मिळतात आणि या साहित्यिक सद्‌गृहस्थांच्या घरात रविवारी दुपारी विविधवृत्त, आशा, चित्रा, नवयुग, धनुर्धारी यांच्यापैकी एकही साप्ताहिक असू नये? मोठे आश्चर्य आहे! वर्तमानपत्रे नि चहा यांच्यावाचून आधुनिक मनुष्याचा दिवस उजाडत नाही, असे म्हणतात. मग–

वर्तमानपत्र नाही तर नाही! निदान एखादे पुस्तक तरी आसपास आहे, की

काय, हे पाहण्याकरिता मी सूक्ष्म दृष्टीने पाहिले. परवाच या गृहस्थाने फडक्यांची नवी कादंबरी विकत घेतली होती! ती मिळाली, तर थोडा वेळ तरी– असले शेख महंमदाचे मनोराज्य करण्यात काय अर्थ होता? दोन आण्यांना मिळणारे रेल्वेचे जाडजूड टाइमटेबलसुद्धा सदरहू सद्‌गृहस्थ कड्याकुलुपात ठेवून गेले आहेत, हे सर्व कपाटावरून नजर फिरविताच मला कळून चुकले.

अशा वेळी समाधीचे महत्त्व मनाला पूर्णपणे पटते; पण साधी झोपसुद्धा ज्या माणसाला हुकमी येत नाही, त्याने समाधीचा विचार करणे म्हणजे गच्चीवरून खाली पाहताना भिणाऱ्या मनुष्याने पॅराशूटच्या साहाय्याने विमानातून उतरण्याचा बेत करण्यापैकीच प्रकार होता.

मी परत जाण्याकरिता उठलो, इतक्यात–

माझ्यासमोरच्या खोलीत माझ्या स्नेह्याची दोन मुले खेळत खेळत आली. त्यांचा तो खळखळाट– गाडी उताराला लागल्यावर बैलांच्या गळ्यांतील घुंगुर वाजावेत, व्यायामशाळेत चिमुकल्या मुलांचे लेजीम सुरू व्हावे किंवा तास, दोन तासांचा जोराचा पाऊस पडला, की खेडेगावातल्या पांदीतल्या पायऱ्यांवरून चिमुकल्या प्रवाहाने नाचत बागडत जावे, तसा भास झाला मला ते दृश्य पाहून!

माझ्या साहित्यप्रेमी मित्राने वर्तमानपत्रे व पुस्तके कडेकोट बंदोबस्तात का ठेवली असतील, याचा मला क्षणार्धात उलगडा झाला. कोकणात केळीवर घड पोसू लागला, की त्याच्याभोवती गोणपाट गुंडाळून ठेवतात. नाहीतर वानरमंडळी केव्हा येतील आणि त्या घडाचा निकाल लावतील, याचा नेम नसतो. ज्याच्या घरात अवखळ मुले असतात, त्यालासुद्धा अशाच प्रकारची दक्षता घ्यावी लागते. मुले आणि फुले यांची तुलना करणारे कवी 'यमक्या वामना'चे अंधशिष्य असले पाहिजेत किंवा अपत्यहीन तरी असले पाहिजेत! कुठल्याही आईला जाऊन आपण विचारले, तर ती म्हणेल– फुलांपेक्षा वाऱ्याशीच मुलांचे अधिक साम्य असते!

हा सिद्धांत मूर्त स्वरूपात माझ्यापुढे मांडण्याकरिताच की काय, समोरच्या खोलीतल्या त्या दोन मुलांपैकी एक मुलगा उंच टेबलावर धडपडत चढत होता. पाच वर्षांच्या आपल्या थोरल्या भावाचा हा पराक्रम खाली उभी असलेली बहीण मोठ्या कौतुकाने पाहत होती. बंधुराजाची स्वारी कशीबशी टेबलावर चढली. वर चढताच उभा राहून तो गाऊ लागला– 'झेंडा उंचा लहे हमाला!' बहीण टाळ्या पिटू लागली. जणू काही तिच्या भावाने एक मोठा किल्ला सर करून त्याच्यावर आपल्या देशाचे निशाण फडकावले होते. बहिणीच्या कौतुकाने उत्तेजित होऊन भाऊ म्हणाला, 'आता मी उडी टाकतो, बघ हं!'

मी आहे की! । २३

रामाने पौर्णिमेच्या चंद्राकडे ज्या कुतूहलाने पाहिले असेल, ते त्या मुलीच्या डोळ्यांत नाचू लागले. पण बोलण्याइतके करणे सोपे नसते, या कटू सत्याचा पहिला धडा बंधुराज नुकते कोठे गिरवू लागले होते. तो मुलगा एक-दोनदा उडी मारण्याच्या पवित्र्यात उभा राहिला. पण बेअब्रूच्या फिर्यादीबद्दल माफी मागावयाची असली, तरी वर्तमानपत्राचा संपादक ती लढविण्याचा आव आणतो ना, त्यातलाच तो प्रकार होता.

आपला भाऊ भिऊन उडी टाकीत नाही, हे लक्षात येताच त्या चिमुरड्या पोरीचा हसरा चेहरा एकदम गंभीर झाला. एखाद्या आजीबाईप्रमाणे ती क्षणभर विचार करीत उभी राहिली आणि भावनेने ओथंबलेल्या स्वराने एकदम उद्गारली,

"उडी माल– माल तू! मी आहे की!"

थोरला भाऊ अजून स्तब्धच आहे, असे पाहून ती म्हणाली,

"माल ना! अले, माल! घाबलू नकोश– मी आहे की!"

त्या मुलाने एकदम खाली उडी मारली. ती बरोबर पडली आणि यदाकदाचित चुकून कुठे लागले असते, तरीदेखील तो हसत हसतच उठला असता, अशी माझी खात्री आहे. कारण त्याला कुठे खरचटले असते, तर आपल्या इवल्याशा तोंडाने फुंकर घालीत 'मी आहे की!' म्हणून धीर देणारी बालदेवता त्याच्याजवळ उभी होती.

'मी आहे की!' या तीन शब्दांत त्रिभुवनातल्या सर्व शक्ती एकवटलेल्या असतात, याचा या क्षणी मला प्रत्यय आला. कृष्णाने अठरा अध्यायांच्या गीतेत जे तत्त्वज्ञान सांगितले, ते पटल्यामुळे अर्जुन युद्धाला उभा राहिला, हे मला मुळीच खरे वाटत नाही. त्याला युद्धप्रवृत्त केले, ते कृष्णाच्या तीन मूक शब्दांनी– 'मी आहे की!' तुकारामासारखा संत आयुष्यातल्या अनेकविध संकटांशी यशस्वी रीतीने कसा झगडू शकला, हे पाहायचे असेल, तर 'जेथे जातो, तेथे तू माझा सांगाती! चालविसी हाती धरूनिया' हा त्याचा एकच अभंग वाचावा. महाभारतात विदुलाख्यान म्हणून एक कथा आहे. या विदुलेचा मुलगा संजय पराभूत होऊन रणांगणावरून पळून येतो. पण आईच्या तेजस्वी उद्गारांनी धीर येऊन तो पुन्हा लढाईवर जातो आणि यशस्वी होतो. ही कथा सत्य असो वा कल्पित असो, तिच्यातले तत्त्व आयुष्यात हरघडी अनुभवाला येते, यात शंका नाही. मनुष्याच्या मनात साहसाइतकीच भीती असते आणि ध्येयवादाच्या जोडीने दुबळेपणाही वावरत असतो. ही भीती नाहीशी करायला, या दुबळेपणाचा नायनाट व्हायला त्याला कुणाकडून तरी धीर मिळावा लागतो. 'चल पुढे हो' असे उत्साहाचे उद्गार जिवाला जीव देणाऱ्या मनुष्याच्या तोंडून त्याच्या कानांवर पडावे

२४ । अविनाश

लागतात. मानवी प्रगतीचा जन्म सहानुभूतीच्या पोटीच असतो.

मनुष्य कितीही मोठा होवो, कितीही धीट असो, कित्येक वेळा त्याची स्थिती भयंकर स्वप्न पडत असलेल्या लहान मुलासारखी होते. ते मूल घाबरून ओरडते. पण त्या विलक्षण स्वप्नातून जागे मात्र होत नाही. पलीकडे झोपलेल्या आईने त्याच्या अंगावरून मायेने हात फिरवून 'भिऊ नकोस हं! मी आहे' असे म्हटले की मग ते डोळे उघडते आणि हसू लागते. मला वाटले, 'भिऊ नकोस हं! मी आहे!' या आईच्या शब्दांतले वात्सल्यच टेबलाखाली उभ्या असलेल्या त्या धाकट्या बहिणीच्या उद्‌गारात मूर्तिमंत उभे राहिले असावे! त्या भित्र्या भावाला टेबलावरून उडी टाकायचा जो धीर झाला, तो केवळ या वात्सल्यामुळेच!

असले वात्सल्य आयुष्यात ज्याला लाभते, तो कधीच निराश होत नाही. त्याच्या मनाचे तारुण्य अक्षय असते. माझ्यासारख्या सामान्य मनुष्याचीच गोष्ट पाहा. आगगाडीत किंवा अन्यत्र परकी माणसे माझ्या वयाचा जो अंदाज करतात, तो नेहमी सपशेल चुकतो. मी चाळिशीच्या पुढे गेलेला मनुष्य आहे, हे काही केल्या कोणाला पटतच नाही! जणू काही वय चोरण्यातसुद्धा दोन प्रकारचे चोर असतात. काहींना खरा आकडा कमी करून, तरुण म्हणून मिरवण्याची जशी हौस असते; तशी काहींना खरा आकडा वाढवून, आपल्या प्रौढत्वाचे प्रदर्शन करण्यातही गंमत वाटते, अशी लोकांची समजूत आहे, की काय, कोणास ठाऊक! मला भेटणारी मंडळी माझे वय बत्तीस-चौतीसपेक्षा जास्ती असणे शक्य नाही, असे छातीवर हात ठेवून सांगतात. मग मी आनंदून मनात म्हणतो– लोकांनो, आपण आहो, त्यापेक्षा आपल्याला अधिक तरुण मानावे, हा जीवनाच्या रणांगणावरला मनुष्याचा सर्वात मोठा विजय आहे, नाही का?

मात्र या विजयाचे थोडेसुद्धा श्रेय मला घेता येणार नाही. तारुण्य टिकविण्याकरिता मी साष्टांग नमस्काराचा व्यायाम घेतलेला नाही, घड्याळ उशाशी ठेवून उठलो नाही, की निजलो नाही, चहा-कॉफीवर बहिष्कार टाकलेला नाही. फार काय, नेमाने संध्याकाळी फिरायलासुद्धा गेलो नाही. अशा पथ्यपाण्याने मनुष्याचे शारीरिक तारुण्य कदाचित कायम राहत असेल, पण मनाच्या यौवनाचे प्रतिबिंब म्हणून त्या तारुण्याकडे कोणालाही बोट दाखविता येणार नाही. मी लोकांना आहे त्यापेक्षा लहान वाटतो, याचे कारण माझे मन सहसा उदास होत नाही; त्याच्यावर वार्धक्याची अवकळा चढत नाही. मोठ्या मनुष्याच्या भोवती जसे शरीरसंरक्षक असतात, त्याप्रमाणे माझ्या मनाभोवतीही अनेक रक्षक आहेत. ते निराशेच्या छायेलासुद्धा माझ्याजवळ

फिरकू देत नाहीत.

माझ्या मनाच्या या संरक्षकांत कितीतरी निरनिराळ्या प्रकारची मंडळी आहेत. माझे दोन अबोलके बालमित्र-तोंडाने त्यांच्यापैकी कुणीही माझ्यावरले आपले प्रेम व्यक्त करणार नाही; पण डोळ्यांनी त्यांच्यापैकी प्रत्येकजण म्हणत असतो, 'भिऊ नकोस. मी आहे की!' बहीण, बायको आणि मुले हेसुद्धा जीवनमार्गावरले माझे स्फूर्तिदायक मित्रच आहेत. त्यांच्यापैकी बहीण लहानपणी लाभली आहे, पत्नी तिशी उलटताना आयुष्यात आली आहे आणि मुलांनी फार उशिरा माझ्या जीवनात प्रवेश केला आहे. पण त्यांच्यापैकी प्रत्येकाच्या उत्कट प्रेमातून एकच ध्रुपद मला नेहमी ऐकू येत असते, 'भिऊ नकोस. मी आहे की!'

एखाद्या वेळी या सर्व संरक्षकांवाचून दूर राहण्याची पाळी माझ्यावर येते, त्यावेळी केशवसुतांच्या अगर तांब्यांच्या कवितांचे पुस्तक ट्रंकेत असलेच पाहिजे, अशी मी काळजी घेतो. पहिल्या पुस्तकाची पाने चाळता चाळता मी वाचू लागतो :

श्वासांही लिहिलीं, विराम दिसतो ज्यांमाजि बाष्पीय ते
प्रीतीचें बरवें समर्थन असें संस्पृह्य ज्यांमाजि तें
कांतेचीं असलीं मला पवन हा पत्रें अतां देतसे;
डोळे झांकुनि वाचितां त्वरित तीं संमूढ मी होतसें

गोड श्लोकाने मनाला आलेल्या प्रसन्नपणाला यःकश्चित गवताच्या काडीवरली तांब्यांची कविता वाचली, की उत्साहाची जोड मिळते. तांबे म्हणतात–

तृणाचें पातें
हालतें डोलतें वातें,
यांतुनि कृष्ण मुरली वाजवितो,
वामन बलीस यांत दडपितो,
यांतुनि नारसिंह गुरगुरतो,
भ्या रे यातें.

रात्री पुस्तकातल्या कवितेपेक्षाही अधिक भव्य आणि उदात्त असे सृष्टीचे सौंदर्य 'भिऊ नकोस! मी आहे की' म्हणून मला सांगत असते. अंतराळी पसरलेला समुद्र– मग तो चांदण्यांचा असो वा काळोखाचा असो– आणि

आकाशातला चमचमाट– कधी तो तारकांचा असतो, तर कधी विजेचा असतो– यांच्याकडे पाहता पाहता माझ्या कानात एकच वाक्य घुमू लागते, 'भिऊ नकोस! मी आहे की!'

'अहं ब्रह्मास्मि' हा साक्षात्कार होण्यात जीवनाची सफलता आहे, असे प्राचीन काळच्या तत्त्वज्ञांना वाटे. पण मला वाटते– सामान्य मनुष्याच्या आयुष्याचे समाधान हे तीन शब्द करू शकत नाहीत. त्याला ब्रह्मानंद प्राप्त करून देणारे तीन शब्द निराळेच आहेत : 'मी आहे की!'

◆

परीक्षक

उत्तर बरोबर, रीत बरोबर, सारे काही बरोबर! पण दहांपैकी दहा मार्क द्यायचे माझ्या अगदी जिवावर आले. हो! परीक्षक म्हणजे काही दशावतारी नाटकातील राजा नव्हे! तो बिचारा 'राज्याचा बंदोबस्त कसा काय आहे?' म्हणून प्रश्न करतो आणि 'ठीक आहे' या उत्तरावर खूश होऊन तोंडाला कुलूप घालतो. या गहन राजकारणाने बापडा अगदी थकून जात असावा! हा प्रश्न राजा कदाचित झोपेतही विचारत असेल. त्याला बुद्धिबळाचा नाद असल्यामुळे प्रधानावर इतका विश्वास ठेवण्यास तो प्रवृत्त झाला असण्याचाही संभव आहे! काही झाले, तरी स्वत: राम नसताना आपले राज्य मात्र रामराज्य आहे, ही गोष्ट तो मुकाट्याने मान्य करतो! बिचाऱ्याला लहानपणी लिमलेट म्हणून कोयनेलच्या गोळ्यासुद्धा एखाद्याने चारल्या असतील!

पेपरातील उदाहरणाला दहांपैकी दहा मार्क देणे म्हणजे या मूर्ख राजाचे सोहेरसुतक लावून घेण्यासारखे होते. मी पुन्हा त्या प्रश्नावरून नजर फिरविली. ओहोहो! सापडली एक चूक! रीत लिहिताना, त्याने 'तिच्या' हा शब्द 'तीच्या' असा लिहिला होता. चूक काय लहानसहान होती? काव्यात खाडकन एक मात्रा चुकली असती की! मनुष्याच्या नाकाशी सूत धरलेले असावे आणि फक्त त्रैलोक्यचिंतामणीची मात्रा चुकावी, अशातला प्रकार. गणितात झाला, तरी मात्रादोष तो मात्रादोष! उदाहरणातली 'ती' कुणीही असेल– दूध विकणारी गवळण असेल, नाहीतर पडद्यात राहणारी राणी असेल– कुणाही स्त्रीची अशी विटंबना करणे शोभते का विद्यार्थ्याला? 'तिच्या'– 'तीच्या'! पहिली ती कशी खाली पाहत चाललेली विनयशील स्त्री दिसते! आणि दुसरी? केसांना दगड बांधून दाखविणारी सर्कशीतील बाईच जणू काही! 'तिच्या-तीच्या!' उद्गारचिन्हांची फौज पुढे उभी करावी, एवढी अक्षम्य चूक! एखाद्या सोवळ्या लेखकाने पाहिली, तर– हां हां म्हणता गणिताचा पेपर अश्लील वाङ्मयात जमा व्हायचा!

त्या चुकीबद्दल मार्क काटला, तेव्हा कुठे माझा जीव खाली पडला. परीक्षकाला सामान्यत: न्यायाधीशाची उपमा देण्याचा प्रघात आहे. पण सामाजिक चालीप्रमाणे बोलण्यातील उपमाही केवळ रूढीमुळेच अंगवळणी पडतात. नाहीतर धारवाडी काट्याऐवजी मारवाडी काटा वापरणाऱ्या परीक्षकाला न्यायमूर्ती म्हणण्याचा कुणाला तरी धीर झाला असता का? आणि एखाद्या 'ध' चा 'मा' करणाऱ्या आनंदीबाईने तसे म्हटले, म्हणून इतरांनी ते मुकाट्याने ऐकून घेतले असते का? पण आमच्या समाजात काय आणि वाङ्मयात काय, जुने ते सोने! (हिंदुस्थानला सुवर्णभूमी हे नाव पडण्याचे कारण बहुधा हेच असावे! माझे संशोधक बंधू याचा विचार करतील काय?)

हे सोने मुलाम्याचे आहे, की काय, हे पाहतो कोण? म्हणे, परीक्षक म्हणजे न्यायाधीश! विद्यार्थ्यांना विचारा! त्यांच्यातला भावी टीकाकार हळूच म्हणेल, 'न्यायाधीश खरे, पण यमधर्मासारखे न्यायाधीश!' खरे पाहिले तर या इहलोकीच्या परीक्षकापेक्षा यमधर्म हजार पटींनी बरा. जीवात्म्याच्या चौकशीच्या वेळी हजार दारूच्या बाटल्या व पाच गंगोदकाच्या पळ्या, की हजार गंगोदकाच्या पळ्या व पाच दारूच्या बाटल्या; असा गोकुळप्रमाणे घोटाळा होण्याचा फार संभव! म्हणून त्याने आधीच दूरदर्शीपणाने व्यवस्था करून ठेवली आहे. त्याचा कारभारी चित्रगुप्त प्राणिमात्राच्या आयुष्यातील हकिकत खडान्खडा टिपून ठेवीत असतो. पण आमचे परीक्षक? ते अगदी देवाधिदेव! त्यांना कुणाच्याच साहाय्याची जरूर लागत नाही.

विद्यार्थिदशेत परीक्षकाच्या पेपर तपासण्याच्या या खोलीविषयी माझी एक विचित्र समजूत होती. कसाईखाना मी कधीच पाहिलेला नाही. तेव्हा त्याचे चित्र त्यावेळी माझ्या डोळ्यांपुढे उभे राहण्याचे कारणच नव्हते. पण परीक्षकाच्या खोलीत काय असेल, याविषयी कल्पना करता करता मला असे वाटे– तिथल्या आरामखुर्चीवर एक कातडे आहे. कसले बरे असावे ते! हरिणाचे? छे! खास वाघाचेच आहे ते! भिंतीला मोठे घड्याळ असलेच पाहिजे! पण त्यातले आकडे वटारलेल्या डोळ्यांसारखे दिसत असतील आणि तासाचे ठोके- आईच्या बोलण्यापेक्षा गस्तवाल्याच्या 'घरवाले, हुश्शार है' या आरोळीच्या स्वराशीच त्यांचे साम्य असावे. आणि भिंतीवरील चित्रे? 'शिवाजी महाराज', 'रामवनवास', 'समुद्रोल्लंघन' असली चित्रे तिथे असणे शक्यच नाही. हरिश्चंद्र-तारामतीचा लिलाव करून विश्वामित्र आपली दक्षिणा वसूल करीत आहे, चांगुणेने उखळात कांडलेल्या चिलयाचे मांस शंकर मिटक्या मारीत खात आहे, असलीच चित्रे त्या खोलीत असली पाहिजेत! प्रत्येक परीक्षकाचे गोत्र विश्वामित्र व कुलदैवत शंकर असले पाहिजे, अशी त्यावेळी माझी ठाम समजूत झाली होती म्हणा ना!

बाळपणाबरोबर या विचित्र समजुती लोप पावल्या, हे खरे! पण स्वत: परीक्षक होऊनही त्यावेळी परीक्षकांविषयी माझ्या मनात बसलेली अढी अजून दूर झाली नाही! उलट अनुभवाने ती दृढ होऊ पाहत आहे. बिचारे विद्यार्थी डोळे फोडून परीक्षेची तयारी करतात; पण परीक्षक डोळे उघडे ठेवून सर्व पेपर अक्षरश: थोडेच वाचतात! झोपेत माणसे बडबडतात, डोक्यावर अंथरूण घेऊन चालायला लागतात, प्रसंगी जवळच्या मनुष्याला मुष्टिमोदकही देतात! मग झोपेत पेपरच का तपासता येऊ नयेत? अशिक्षित बायकासुद्धा शितावरून भाताची परीक्षा करतात; मग विद्वान परीक्षकांनी एका वाक्यावरून सबंध प्रश्नांची परीक्षा केली, तर त्यात गैर असे काय आहे? शिवाय काही झाले, तरी प्रो. शिते हे प्रो. विटिदांडूपेक्षा अधिक प्रामाणिक असतात, यात संशय नाही.

शाळेत गेलेल्या प्रत्येक विद्यार्थ्याला प्रोफेसरांची ही दुक्कल परिचित असते. प्रो. शित्यांची तांबडी पेन्सिल प्रो. विटिदांडूपेक्षा लवकर झिजते. कारण उघडच आहे; पहिले प्रोफेसर प्रश्नातला एखादा शब्द तरी खोडतात, दुसरे प्रोफेसर फक्त मार्क मांडण्याच्या कामीच तिचा उपयोग करतात. दानात गुप्त दान श्रेष्ठ, या दृष्टीने प्रो. विटिदांडूच्या मार्कांचे महत्त्व मुलांना अधिक वाटले पाहिजे. पण पेपराची रास पुढे ठेवून दांडूने विटी कोलल्याप्रमाणे ते तिचे दोन भाग करीत असतात, अशी आख्यायिका असल्यामुळे- जाऊ द्या ते! सोडतीची कल्पना परीक्षकांच्या डोक्यातूनच निघाली असली पाहिजे, हे तरी विद्यार्थी कबूल करतील, की नाही?

परीक्षकाच्या घरगुती वातावरणाचा परिणामही परीक्षेवर झाल्यावाचून राहत नाही. परीक्षांचे निकाल कधी फार कडक, तर कधी फार सौम्य लागतात. याचे कारण काय? परीक्षकाच्या घरातल्या वातावरणाच्या दाबावर निकालाचा वायुभारमापक अवलंबून असतो, हेच नाही का? माझाच अनुभव सांगतो. पण अगदी अळीमिळी हं! नाहीतर एखाद्या चांगल्या परीक्षेत वर्णी लागायचा संभव आणि त्याबरोबरच माझ्या बायकोचा नवा दागिना करण्याचा बेत या दोघांनाही जलसमाधी मिळायची! फक्कड चहा घेऊन पेपर तपासायला बसलो, तर निकाल शेकडा दहा-पंधरांनी तरी वाढतो, असे चहाच्या पेल्यावर हात ठेवून मी सांगू शकेन. एका नवविवाहित तरुण परीक्षकाचा अनुभव तर इतका आश्चर्यकारक आहे, की ताइतांच्या व औषधांच्या जाहिरातींत येणारी शिफारसपत्रे त्यांच्यापुढे फिकी पडतील. स्वारीची बायको माहेराहून यायची होती. मोटारची वेळ होईपर्यंत तपासलेल्या पेपरांत पासाचे प्रमाण समाधानकारक होते. मोटारीची वेळ होऊन गेली; पण बायकोचा पत्ता नाही! पेपर तपासणे व मनातल्या मनात बायकोच्या बापाला शिव्यांची लाखोली वाहणे याखेरीज तिसरे कामच नव्हते काही त्याला! पण चमत्कारिक

गोष्ट- इकडे शिव्यांची संख्या वाढू लागली आणि तिकडे पास होणारांची संख्या कमी होऊ लागली. त्या बायकोच्या बापाला नकळत आपल्या हातून होणाऱ्या पापाची कल्पना आली असावी. कारण परीक्षकाची पत्नी- तीन तास उशिरा का होईना- आली व पुढील भयंकर अपघात टळले! शंकराला अर्धनारीनटेश्वर करण्यातही देवाचा हाच हेतू असावा. पार्वती अष्टौप्रहर त्याच्याजवळ असते, म्हणून बरे! नाहीतर तो प्रळयकाळाचा रौद्रावतार केव्हा धारण करील, याचा नेम नाही.

शास्त्रज्ञांनी परीक्षकाच्या रक्ताचे पृथक्करण केले, तर त्यात सावत्र आई, सासू, टीकाकार, गर्भश्रीमंत लोक, हिंदी संस्थानिक, वगैरे भिन्न भिन्न प्राण्यांचे रक्त मिसळलेले आहे, असे आढळून येईल. शाळेच्या चिमुकल्या जगाची गोष्ट सोडून द्या; पण जगाच्या भव्य शाळेतही पदोपदी हाच अनुभव येत नाही का? जगाच्या शाळेतल्या एका लहान वर्गात आपण बसतो. या वर्गातील आपल्या अभ्यासाचा खरा परीक्षक ईश्वर आहे. पण ईश्वराची जागा आम्ही बळकावतो आणि बरोबरच्या सोबत्यांच्या जीवनाचे कागद तपासण्याला सुरुवात करतो. हे तपासण्याचा अधिकार तर नाहीच; पण अक्कल तरी किती लोकांत असते? चार-दोन वर्षांचा अनुभव नसलेला एखादा मास्तर जरा रंगात येऊन बोलू लागू द्या. आपल्या शाळेतल्या अनुभविक शिक्षकांच्या असत्यानसत्या दोषांचा पाढा तो घडाघड म्हणू लागतो. जणू काही सृष्टी निर्माण झाल्यापासून हा इन्स्पेक्टरचेच काम करत आला आहे! एखाद्या गावातल्या डॉक्टरचा खासगी सल्ला घ्या! इतर डॉक्टरांच्या हातून दगावलेल्या रोग्यांची यादी तो अशी घडाघड म्हणून दाखवील, की ऐकणारा हा डॉक्टर आहे, की गावातले मृत्यू नोंदणारा म्युनिसिपालिटीचा कारकून आहे, याची शंकाच यावी!

जगाच्या शाळेतील कित्येक परीक्षक याच्याही वरच्या कोटीतले असतात. कुठल्याही लोकप्रिय लेखकाचे लिखाण त्याच्या हातात द्या; 'ऊं:' म्हणून त्यांनी नाक मुरडले नाही, असे होणारच नाही. यांना स्वत: लिहायला बसवा, सरस्वती आपले वाहन सोडून नवऱ्याच्या वाहनावर आरूढ झालीच, म्हणून समजावे! ठमाबाईच्या स्वयंपाकाला कंटाळून त्यांचा नवरा परागंदा झालेला असतो. पण रमाबाईंसारख्या सुग्रण बाईच्या घरून ढेकर देत बाहेर पडताना त्या भीमाबाईच्या कानात म्हणतात,

"इश्श! काय मेला स्वयंपाक झाला होता! आजारी माणसालासुद्धा अळणी वाटली असती ती आमटी! आणि चपात्या किती पातळ! पोळ्या की पापड हेच कळलं नाही मला. आपली पापड म्हणून तुकडा मोडायला गेले- अमकीतमकीनं दहा पोळ्या खाल्ल्या, असं गाजवायचं असेल ना हिला!"

स्थानी-अस्थानी परीक्षक होण्याच्या या प्रवृत्तीनेच मानवजातीचे दुःख द्विगुणित केले आहे. शाळेतल्या परीक्षकाला आपली विद्यार्थिदशा आठवत नाही आणि जगातल्या परीक्षकाला आपल्याभोवतालच्या उमेदवारांशी समरस होता येत नाही. पार्लमेंटात हिंदुस्थानच्या हिताला विरोध करणाऱ्या होअरसाहेबांनी महात्माजींप्रमाणे येरवड्याची हवा कुठे खाल्ली आहे? अस्पृश्यतेविरुद्ध आरडाओरड करणाऱ्या आहिताग्नि राजवाड्यांनी खेड्यापाड्यांत थंडीने कुडकुडणाऱ्या अस्पृश्यांच्या स्थितीत दहा-पाच वर्षे काढली असती, तर बरे झाले नसते का? लग्नाच्या दुसऱ्या दिवशीच चारचौघांत बायकोला म्हैस म्हणून हाक मारणाऱ्या नवऱ्याला, 'अहो, म्हशीचे प्राणनाथ' म्हणून हाक मारणारी बायको भेटली तर– नवऱ्याचा चेहरा फोटो घेण्यासारखा होईल. मात्र हा फोटो त्याच्या लग्नाच्या वेळचा आहे, की आसन्नमरण स्थितीतला आहे, याचे भावी पिढ्यांना कोडे पडेल!

पण असल्या कल्पनातरंगांत दंग व्हायला मला वेळ कुठे आहे? विद्यार्थ्यांच्या वक्तृत्वाच्या चढाओढी आहेत आज. अस्मादिकांची स्वारी आहेच परीक्षकांत. शाळेत अगर कॉलेजात मी कधी बोलत नसे फारसा. पण आमच्या वेळेला होते कुठे हे वक्तृत्वाचे बंड? आणि वक्तृत्वाचा परीक्षक व्हायला लागते तरी काय असे? कान, कागद आणि पेन्सिल! तुम्ही गालातल्या गालात हसलाय वाटते? जरा यादी तर पाहा मी काढलेल्या विषयांची! 'कर्मयोग', 'ओटावा-परिषद', 'मृत्युलोक श्रेष्ठ, की स्वर्गलोक श्रेष्ठ?' अरे हो, पण हे ओटावा प्रकरण काय आहे, ते पाहिले पाहिजे. नाहीतर आयत्या वेळी फटफजिती व्हायची!

◆

चाळिशीचे घर

हल्ली दररोज सकाळी आठ ते साडेआठच्या दरम्यान एक क्षण असा येतो, की त्यावेळी माझी मलाच कीव येते. तीन-साडेतीन महिने झाले, या विचित्र क्षणाचा अनुभव आला नाही, असा एकही दिवस उजाडला नाही. आठ-सव्वाआठच्या सुमाराला न्हाणीघरात पाऊल टाकताना मला त्या क्षणांची आठवण होते. उपरती, वैराग्य, संसाराची असारता, मानवी मनाची चंचलता, वगैरे वगैरे गोष्टी माझ्या डोळ्यांपुढे उभ्या राहतात आणि न्हाणीघरातले कपाट उघडताच...

त्या कपाटात मनुष्याच्या शरीराचा एखादा सांगाडा किंवा असलीच दुसरी काहीतरी भयंकर गोष्ट असली पाहिजे, असे तुम्हाला वाटेल. पण तसली काही भानगड तिथे नाही. वैराग्य प्राप्त व्हायला गौतम बुद्धाला रोगी मनुष्य आणि प्रेत पाहावे लागले. पण बुद्धाच्या कालापासून जग आता बरेच पुढे गेले आहे, नाही का? त्यामुळे सध्या एखादी लहानशी गोष्टसुद्धा बुद्धाला मिळालेला धडा सामान्य माणसांना शिकवू शकते.

आमच्या न्हाणीघरातले कपाट एखाद्या दवाखान्याइतके किंवा अजबखान्याइतके विविध वस्तूंनी भरलेले नसले, तरी त्याला आगगाडीच्या तिसऱ्या वर्गाची कळा नेहमीच आलेली असते. साबणाच्या चुऱ्याची पेटी किंवा खोबरेल तेलाची वाटी त्या कपाटात असणे स्वाभाविकच आहे, पण घरातल्या इतर राजस कपाटात ज्यांना जागा मिळत नाही, अशा अनेक वस्तूंनाही हेच कपाट उदारपणे आश्रय देत असल्यामुळे, त्यातली विचित्र गर्दी काही स्वाभाविक म्हणता येणार नाही. राजवाडे आणि बंगले यांच्यापेक्षा धर्मशाळा आणि देवळे नेहमीच भरलेली दिसायची! त्यात नवल ते काय? अवीचा निष्प्राण फुटबॉल, सिगारेट ओढण्याची नक्कल करतेवेळी मंदाला उपयोगी पडणारी खेळातल्या जात्याची खुंटी आणि लताने डोळे काढून आंधळा केलेला कुत्रा, या सर्वांचे संमेलन या विशाल

अंत:करणाच्या कपाटातच होऊ शकते.

अर्जुनाला विश्वरूप दाखविण्याकरिता कृष्णाने उघडलेल्या तोंडाशीच काय ती या कपाटाची तुलना होऊ शकेल आणि म्हणून हे कपाट उघडताना विश्वरूप दिसल्याबरोबर अर्जुनाची काय गाळण उडाली असेल, हे मला पुरेपूर कळते. मी कपाट उघडतो, ते केवळ अंघोळीच्या वेळेपुरती चाळिशी ठेवायला एक सुरक्षित जागा हवी, म्हणून! पण चाळिशी ठेवता ठेवता माझे मन म्हणत असते- ही चाळिशी इथे सुरक्षित राहील, की नाही, याची शंकाच आहे! आपण अंघोळ करीत असताना मंदाला सिगारेट फुंकायची किंवा लताला आपल्या आंधळ्या कुत्र्याला गोंजारण्याची लहर आली, तर? साबणाचा चुरा काढताना सौभाग्यवतीने काही गडबड केली, तर? छे! चाळिशी अशी उघड्यावर टाकणे अगदी चुकीचे आहे. तिचे एक घर हरवले म्हणून काय झाले? आपण दुसरे विकत घ्यायला हवे. आज संध्याकाळी मुद्दाम बाजारात जायचे आणि...

हा बेत गेले दोन-तीन महिने मी दररोज करीत आहे. जुन्या चाळिशीकरता नवीन घर विकत घेणे हे काही प्रौढ विधवेचा पुनर्विवाह जुळविण्याइतके कठीण नाही. पण...

हे काम गेल्या तीन महिन्यांत माझ्या हातून झाले नाही, हे मात्र खरे. दररोज सकाळी आठ ते साडेआठच्या दरम्यान माझ्या या कर्तव्याची मला आठवण होते. घराच्या अभावी चाळिशी केव्हा फुटेल, याचा नेम नाही. ती फुटली, की पाच-पंचवीस रुपयांचा नाहक खर्च आपल्याला करावा लागणार. इतकेच नव्हे तर नवी चाळिशी मिळेपर्यंत लेखनवाचन थांबवून एखाद्या आंधळ्याप्रमाणे आपल्याला काही दिवस कंठावे लागणार- या साऱ्या गोष्टी कपाट उघडल्याबरोबर मला स्पष्ट दिसतात- चाळिशीचे घर आजच्या आज खरेदी करण्याची प्रतिज्ञा मी मनातल्या मनात करतो. पण संध्याकाळ झाली की, ती प्रतिज्ञा कुठे जाते, कुणाला ठाऊक? मी सिनेमाला, फिरायला किंवा स्नेह्यांशी गप्पागोष्टी करायला जातो. एखादे वेळी बाजारात गेलो नि या प्रतिज्ञेची आठवण झाली, की मी मनात म्हणतो- आपल्याला खरेखुरे घर विकत घ्यायचे, असे थोडेच आहे! अवघे पाच मिनिटांचे काम! आत्ताच त्या दुकानात जायला कशाला हवंय? घरी परत जाताना...

परत जाताना मला चाळिशीचे घर विकत घेण्याची आठवणच होत नाही. रात्र अंधारी असो अगर चांदणी असो- घराकडे परत येताना तिची शोभा पाहण्यातच माझे मन गुंगून जाते. काळोखात लुकलुकणाऱ्या चांदण्यांकडे पाहून मला वाटते- आयुष्य हे काळोख्या रात्रीसारखे आहे. आपल्यापासून दोन हातांच्या अंतरावर काय आहे हे दिसत नसले, तरी मधे लक्षावधी योजने अंतर असूनही

तारकांचा मंद अंधूक प्रकाश माणसाला रंजवतोच की नाही?

चांदण्या रात्री माझ्या मनात येते- आयुष्य हे चांदण्या रात्रीसारखे आहे. प्रीतीची चंद्रकोर कितीही लहान असली, तरी ती मनुष्याच्या मनातल्या निराशेला एका क्षणात उजळून टाकते. असल्या काव्यकल्पनांत गुंगून जाण्याची सवयच आहे मला! त्यामुळे पाळण्याच्या झोक्यांनी झोपी जाणाऱ्या बालकाप्रमाणे असल्या कल्पनातरंगांवर झुलत झुलत मी निद्रेच्या राज्यात प्रवेश करतो.

सकाळी उठल्यावरही या मधुर कल्पनांची सुंदर छाया माझ्या मनावर पसरलेली असतेच. मात्र चहा पिऊन अंघोळीकरिता मी न्हाणीघरात पाऊल टाकले आणि चाळिशी सुरक्षित ठेवण्याकरता कपाट उघडले, की...

उद्यापासून अभ्यासाला सुरुवात करायची, असा वर्षभर बेत करणाऱ्या विद्यार्थ्याची परीक्षेच्या मंडपाच्या दारात जी स्थिती होत असेल, तिचा मला एका क्षणात अनुभव येतो. चाळिशीचे नवे घर विकत घेणे अतिशय आवश्यक असूनही...

आणि मग...

स्वतःवर रागावलेल्या मनाला शांत करण्याकरिता मी म्हणतो, अंः! चाळिशीचे घर विकत घेण्याच्या बाबतीत आपल्या हातून हलगर्जीपणा होत आहे हे खरे! पण या निष्काळजीपणामुळे जास्तीत जास्त किती तोटा होईल? फार तर पंचवीस रुपये! पंचवीस रुपयांकरिता स्वतःवर चिडण्यात काय अर्थ आहे? लहानपणापासून आपण नियमित व्यायाम केला असता, तर आपली प्रकृती एखाद्या पहिलवानासारखी राहिली असती! मग आपण कुस्त्या मारून पैसे मिळविले असते- आणि कदाचित ते जमले नसते, तरी आपल्याला भरावे लागलेले डॉक्टरांच्या बिलांचे पैसे तरी वाचले असते की नाही?

जी कथा व्यायामाची, तीच हिशेबाची! व्यवस्थित हिशेब ठेवण्याची सवय आपण लावून घेतली असती, तर आपले शेकडो रुपयांचे नुकसान टळले असते नि आपण काय नुसत्या पैशाच्याच बाबतीत बेहिशेबी आहोत? दोन तास फुकट गेल्याबरोबर 'दोन हिरे हरवले!' म्हणून खेदाने उद्गार काढणाऱ्या एका पंडिताचे शब्द आपल्याला विद्यार्थिदशेतच पटले होते. पण कुणी बोलायला आले, की त्याच्याशी किती वेळ गप्पागोष्टी करीत बसावे याचे भानच राहत नाही आपल्याला! गुळाच्या ढेपीला चिकटणाऱ्या मुंगळ्याप्रमाणे आलेला मनुष्य बसून राहतो आणि आपणही गुळाच्या गणपतीप्रमाणे बसून त्याला आपल्या वेळाची लूट करू देतो. गप्पागोष्टींत आपला आतापर्यंत जो वेळ गेला आहे, तेवढा जर वाचनात गेला असता- एवढ्या अवधीत दोन-तीन हजार तरी चांगली पुस्तके आपण वाचली असती! पण...

अशा रीतीने मी स्वतःच्या आयुष्याचा आढावा घेऊ लागलो, की माझे मलाच हसू येते. मी आळशी नाही किंवा विलासी नाही, पण असे असूनही आयुष्यात सहजासहजी करता येण्याजोग्या कितीतरी गोष्टी मी केल्या नाहीत- अजूनही करू शकत नाही. पहाटे उठून खूप लांब फिरायला जाणे- वाचलेल्या पुस्तकांवरचे आपले विचार निरनिराळ्या वह्यांत व्यवस्थित टिपून ठेवणे, वेळी -अवेळी चहा न पिणे, लिहीत असताना अवी आणि मंदा यांनी त्रास दिला, तर त्यांच्यावर न रागावणे- एक सोडून हजार गोष्टी मला करावयाच्या आहेत. त्या करण्यासाठी मधूनमधून शिकस्तीचे प्रयत्न करतो मी; पण घरात गजराचे घड्याळ असूनही मी पहाटे लवकर उठत नाही. दर महिन्याला नव्या नव्या वह्या आणूनही आपण कुठे काय टाचून ठेवले आहे, याचा मला कधीच पत्ता लागत नाही. चहाच्या दुष्परिणामांवर एक सुंदर व्याख्यान देण्याइतकी तयारी असूनही चहा वाटेल त्यावेळी माझ्या पोटात शिरू शकतो आणि कादंबरीतल्या बालकांच्या लीला लिहीत असताना अवी-मंदांनी धुमाकूळ मांडला, की मी त्यांच्या अंगावर असा खेकसतो-

हे खेकसणे संपल्यावर माझे मलाच वाईट वाटते. एवढी लहानशी गोष्ट! पण ती आपल्याला कशी साधत नाही, याचे मला आश्चर्य वाटते. मनुष्य नेहमी अपूर्ण राहावा, अशीच निसर्गाची योजना असली पाहिजे! नाहीतर-

खरेच! डार्विनने वानर हा मनुष्याचा पूर्वज आहे, म्हणून जो शोध लावला, तो किती सत्य आहे! वानर दरवर्षी पावसात भिजतात आणि भिजताना पुढील वर्षी घर बांधून राहण्याचा निश्चय करतात. वानर निर्माण झाल्यापासून लाखो पावसाळे आले आणि गेले; पण वानराचे घर काही कुणी अजून पाहिलेले नाही! मग आपल्याला तीन महिन्यांत नवे घर मिळाले नाही, म्हणून माझ्या चाळिशीने माझ्यावर रागावण्यात काय अर्थ आहे?

◆

सारेच गुलाम!

मी नकारार्थी मान हलवली.

माझ्या यजमानांना मोठे आश्चर्य वाटले!

त्यांची नि माझी नुकतीच ओळख झाली होती. त्यांच्या नव्या बंगल्यातल्या दिवाणखान्यात आम्ही भोजनोत्तर गप्पा मारीत बसलो होतो. उन्हाळ्याचे दिवस असूनही मधूनमधून वाऱ्याच्या मंद झुळका येत होत्या. बोलता बोलता त्यांच्या मुद्रेवर ज्या अस्पष्ट स्मितरेषा उमटत होत्या, त्यांच्याशी मी त्या झुळकांची तुलना करीत होतो. मऊमऊ कोचांचा मृदू स्पर्श आणि त्यांच्या बोलण्यातून माझ्याविषयी दिसून येणारा जिव्हाळा या दोन्हींमध्ये मोठे साम्य आहे, असे मला वाटत होते.

इतक्यात गड्याने धूम्रपानाचे साहित्य आणून आम्हा दोघांमधल्या षटकोनी टेबलावर ठेवले.

त्या साहित्यातली सिगारेटची चांदीची डबी इतकी सुंदर होती, की मी तिच्याकडे पाहतच राहिलो.

त्यांनी डबी उघडून ती माझ्यापुढे केली.

मी नकारार्थी मान हलविली.

त्यांना माझ्या नकारामुळे आश्चर्य वाटले, हे त्यांच्या मुद्रेवरून स्पष्ट दिसत होते. मी भिडेने नाही म्हणत असेन, असे वाटून ते हसत म्हणाले,

''घ्या, हो!''

नवरी मुलगी नाव घ्यायला लाजू लागली, की तिच्या मैत्रिणींना तिला अधिक आग्रह करण्यात गंमत वाटू लागते. त्यांची स्थितीही अशीच झाली असावी. ते म्हणाले,

''घ्या, हो! अगदी नवा ब्रँड!''

माझ्या ओठांवर हसू उभे राहिले. पण मनाने नकारच दिला. मात्र त्या सुंदर

डबीतल्या मोहक सिगारेटचे चकाकणारे पांढरे वेष्टन सुंदर आहे, हे मला मनाशी कबूल करावेच लागले.

आग्रहाच्या बाबतीत मनुष्य प्रयत्नवादी असतो, हेच खरे. भिडस्तपणाने उपाशी राहणाऱ्या पाहुण्याला जेवणाचा आग्रह करावा, तसा आग्रह करीत म्हणाले,

''ओढून तर बघा!''

मी उत्तरलो,

''माफ करा. पण कधीच ओढत नाही मी.''

''तुम्ही कधीच ओढत नाही?''

''अं हं; कधीच नाही.''

''सिनेमाशी तुमचा इतका संबंध येऊन...''

काही काही वाक्ये अपुरी ठेवल्यानेच अधिक अर्थ व्यक्त करतात. हे वाक्य त्यांनी मधेच सोडण्याचे कारण हेच असावे!

''समुद्रात बुडूनसुद्धा काही माणसं कोरडी राहतातच की!'' मी थट्टेने उत्तर दिले. पण तेवढ्याने त्यांचे समाधान होणे शक्य नव्हते. तेव्हा मीच पुढे म्हणालो, ''मी सहसा सुपारीसुद्धा खात नाही! त्याबाबतीत मी लोकमान्यांपेक्षासुद्धा अधिक निर्व्यसनी आहे, म्हणानात!''

माझ्या या थट्टेने माझ्या यजमानांचे आश्चर्य द्विगुणित झाले. ते हसत हसत म्हणाले,

''तुम्ही इतके सनातनी असाल, असं तुमच्या लिहिण्यावरून मला वाटलं नव्हतं!''

मीही हसत उत्तर दिले,

''मी मुळीच सनातनी नाही; पण दुसरी एक गोष्ट सनातन आहे.''

''कुठली?''

''माणसाचं शरीर! ते कुठल्याही सुखाची गुलामगिरी पत्करतं आणि मग मनुष्य हा आपल्या शरीराचा फार लवकर गुलाम होतो!''

त्यांनी मान डोलवली.

मी पुढे म्हणालो,

''माणसाचं शरीर हे सवयीचं गुलाम असतं! त्यामुळे गमतीकरता केलेल्या गोष्टीची जन्मभर गुलामगिरी पत्करावी लागते त्याला!''

त्यांना माझे म्हणणे थोडेफार पटले असावे! सिगारेट ओढीत ओढीत ते म्हणाले,

''मी पहिल्यांदा सिगारेट ओढली, ती कॉलेजमध्ये. हा भटजी आहे, हा सनातनी आहे, अशी इतरांनी थट्टा करू नये, म्हणून! पुढे बी. ए. परीक्षेच्या

वेळेला जागून अभ्यास करायची पाळी आली. नुसता चहा पिण्यापेक्षा मधूनमधून सिगारेट ओढली, म्हणजे अधिक बरे वाटे. म्हणून मी त्यावेळी धूम्रपान करू लागलो. त्यावेळी जे हिचं पाणिग्रहण केलं, ते...''

''कुठलंही व्यसन हे हिंदू पद्धतीचं लग्न असतं! त्याला काडीमोड मंजूर नाही!''

बोलता बोलता मी हे वाक्य सहज बोलून गेलो खरे; पण वामकुक्षीकरता लवंडल्यावर माझ्या मनात आले- आपला हा सिद्धान्त खरोखर निर्विवाद आहे का? 'धूम्रपान अगर मद्यपान यातली मौज लुटायला त्याच्या आहारी जाण्याची आवश्यकता नाही', असे प्रतिपादन करणारे अनेक लोक मी पाहिले आहेत. रघुनाथपंत कर्व्यांनी परवाच एका लेखात मर्यादित प्रमाणातले मद्यपान प्रकृतीला हितकारक असते, अशा अर्थाचे विधान केलेच आहे! नाही का?

पण शरीरात विशिष्ट सुखसंवेदना उत्पन्न करणाऱ्या व्यसनांचा केवळ तात्त्विक पद्धतीने विचार करणे योग्य आहे काय? व्यसन आणि मर्यादा हे जोडपे पदोपदी भांडणारेच असायचे! माणसाच्या शरीराइतके छांदिष्ट जगात दुसरे काहीच नाही. बालहट्ट, स्त्रीहट्ट आणि राजहट्ट हे पुरविल्याशिवाय माणसाला गत्यंतर नसते, अशी एक समजूत आहे. पण शरीराच्या हट्टात या तिन्ही हट्टांचा अर्क उतरलेला असतो, असे म्हणायला हरकत नाही. शरीराला लहान मुलाप्रमाणेच कुठल्याही गोष्टीच्या परिणामाची जाणीव असत नाही. उलट स्त्रीची आकर्षकता आणि राजाची सत्ता यांचा संगम मात्र त्यांच्यात झालेला असतो. संध्याकाळ झाली, की क्लबात जाण्यासाठी धडपडणारा एखादा श्रीमंत मोटारवाला असो किंवा उष्टे विडीचे थोटूक घेऊन ते दोन-चारदा ओढणारा गरीब गाडीवाला असो, दोघांचेही शरीर मोहाला बळी पडत असते. दोघेही सवयीचे गुलाम झालेले असतात.

माणूस सवयीचा कसा गुलाम होतो, याविषयी स्कॉटची एक गोष्ट मोठी गमतीची आहे. वॉल्टर स्कॉट लहान असताना कोटाच्या एका विशिष्ट बटनावर हात ठेवून मास्तरांच्या प्रश्नांची बरोबर उत्तरे देण्याची त्याला सवय होती. त्याचा पहिला नंबर ज्याच्या डोळ्यांत सलत होता, अशा एका प्रतिस्पर्ध्याने त्याच्या या सवयीचा अचूक फायदा घेतला. एके दिवशी स्कॉटला पत्ता न लागेल, अशा बेताने त्याने त्या बटनाचे उच्चाटन केले. स्कॉट मास्तरांच्या प्रश्नाला उत्तर देण्याकरता उभा राहिला. त्याचा हात ठरावीक बटनाकडे वळला, त्याने वारंवार चाचपून पाहिले, पण काही केल्या ते बटन हाताला लागेना आणि दररोज

बिनचूक उत्तरे देणारा आपला हुशार विद्यार्थी आज असा मुखस्तंभ का झाला आहे, हे त्याच्या मास्तरांना काही केल्या कळेना.

सवयीची गुलामगिरी किती विलक्षण असते, याचा नुकताच मला मिळालेला अनुभव पाहा ना! काल स्नानगृहामध्ये जाऊन मी दोन-चार तांबे पाणी अंगावर ओतले आणि साबणाच्या पेटीकडे हात वळविला, पण तिथे साबणच नव्हता. मंदाने बाहुलीला लग्नापूर्वी अंघोळ घालण्याकरिता तो बहुधा नेला असावा, असा विचार माझ्या मनात आला. कडी काढून आणि आरडाओरडा करून साबण येईपर्यंत कुडकुडत राहायचे माझ्या जिवावर आले. लगेच मी समाजवादी होऊन साबणाच्या स्पर्शाकरता उत्सुक झालेल्या शरीराची समजूत घालू लागलो...

'एक दिवस साबण नसला, म्हणून काय झालं! जगातल्या साऱ्या लोकांना दररोज अंगाला साबण लावायला मिळतो, असं थोडंच आहे! तेव्हा-'

कशीबशी अंघोळ आटपून मी माझ्या खोलीत आलो. एकसारखे काहीतरी चुकल्यासारखे वाटत होते. म्हणून डोळ्यांना हात लावून पाहिला. चाळिशी जागच्या जागी होती. नवा हातरुमाल, नवा शर्ट- सारे काही बरोबर होते. मग?

मला एकदम आठवण झाली. स्नानगृहात मी काही विसरलो नव्हतो, हे खरे! पण दररोजच्या सवयीप्रमाणे साबण न लागल्यामुळे माझे शरीर एकसारखे चुळबुळ करीत होते. आपण अंघोळ केलीच नाही, असे त्याला वाटत होते!

कोकणात असताना तीन-चार वर्षे उन्हाळ्यात मी नियमितपणे समुद्रस्नान करीत असे. पुढे एका वर्षी दररोज संध्याकाळी समुद्रावर जाण्याइतकी सवड मिळण्याचे लक्षण दिसेना. मी माझा समुद्रस्नानाचा नेम सोडून दिला. पण दररोज संध्याकाळी मला त्या स्नानाची आठवण इतके बेचैन करून सोडी, की सांगून सोय नाही! चांगली सवय म्हणजेसुद्धा एक प्रकारची गुलामगिरीच आहे, असा त्यावेळी मला अनुभव आला.

-आणि शरीराप्रमाणे मनही केवळ सवयीमुळे लहानसहान गोष्टींचे गुलाम होते, हा अनुभव काही अपवादात्मक नाही. एखाद्या दिवशी मेल उशिरा आल्यामुळे असो अथवा वर्तमानपत्रे वाटणाऱ्या पोऱ्याला वाटेत एखादा दोस्त भेटल्यामुळे असो, वेळेवर वर्तमानपत्र मिळाले नाही, तर आपण अस्वस्थ व्हावे, असे त्या वर्तमानपत्रात काय असते? महायुद्धापासून रणजी ट्रॉफीपर्यंतच्या कुठल्याही गोष्टीशी आपला निकटचा संबंध नसतो. पण ठरलेल्या वेळी हातात वर्तमानपत्र पडून या सर्व गोष्टींची माहिती मिळालीच पाहिजे, असा मात्र आपला

अट्टहास असतो.

या विचारप्रवाहाबरोबर वाहत जाता जाता माझा डोळा केव्हा लागला, कुणाला ठाऊक! मी जागा झालो, तेव्हा माझे स्नेही मला हाका मारून म्हणत होते,

''चहा घेता ना?''

मी झोपेतून पुरता जागा झालो नसल्यामुळे क्षणभर मला त्यांच्या त्या वाक्याचा अर्थच कळेना!

माझ्या मनात आले- पाहुणचाराची अजब पद्धत दिसतेय ही! 'चहा झाला, उठा' असे पाहुण्याला सांगायचे की, 'चहा घेता ना?' म्हणून त्याला विचारायचे?

त्यांनी असा विचित्र प्रश्न का विचारला, याचा लवकरच उलगडा झाला, म्हणून बरे! नाहीतर-

ते हसत हसत म्हणाले,

''तुम्हाला उठवायला आलो नि मनात एक शंका आली!''

''कसली?''

''तुम्ही चहा घेता, की नाही, ही! चहा घेत नसला, तर उगीच तुमची झोपमोड केली, असं व्हायचं!''

''पण मी चहा घेत नाही, अशी शंका तुमच्या मनात आली तरी कशी? 'जो चहा पितो तो मनुष्य' ही तर मनुष्याची अगदी अलीकडची व्याख्या आहे!''

ते म्हणाले,

''मला वाटलं- सिगारेट नि सुपारी यांच्याप्रमाणेच चहालाही तुम्ही शिवत नसाल!''

''भलतीच समजूत झाली तुमची! चांगला चहाबाज आहे मी! मुंबईत असतो, तर बहुतेक इराणी माझ्या ओळखीचे झाले असते!''

मी चूळ भरून परत आलो. माझ्या हातात चहाचा पेला देत माझे नवे स्नेही म्हणाले,

''म्हणजे तुम्हीही गुलाम आहातच म्हणायचे!''

चहाचे दोन-तीन घोट घेऊन मी होकारार्थी मान हलवली.

त्यांनी विचारले,

''नुसत्या चहाचेच गुलाम आहात, की-''

''आणखी पुष्कळ गोष्टी आहेत!''

ते माझ्याकडे आश्चर्याने पाहू लागले. सिगारेट आणि सुपारी यांना स्पर्श न करणारा मनुष्य चहाशिवाय आणखी कशाचा गुलाम असावा, हा प्रश्न त्यांच्या मुद्रेवर मूर्तिमंत प्रतिबिंबित झाला होता!

मी हसत हसत म्हणालो,

"मनुष्याच्या रक्तातच गुलामगिरी आहे, असं मला वाटतं. चहाप्रमाणे गप्पागोष्टींचाही विलक्षण नाद आहे मला! कुणीही बोलायला येवो, मी आपला बडबडत सुटतो. एक मन जिभेला लगाम घालण्याचा प्रयत्न करीत असतं; पण वारा प्यालेल्या वासराप्रमाणे तिची स्थिती होते नि मग... गप्पांइतकंच माझं दुसरं मोठं व्यसन म्हणजे पुस्तकं! मुंबईला पुस्तकांच्या दुकानांवरून जाताना माझं पाऊल पुढं पडतच नाही. 'काही नवी पुस्तकं असली तर पाहू या' म्हणून मी दुकानात शिरतो नि मग दारूच्या गुत्त्यात दारूबाज शिरावा, तशी माझी स्थिती होते.''

माझी उपमा ऐकून त्यांना हसूच कोसळले.

मी म्हटले,

"खोटं नाही सांगत तुम्हाला! एकदा औषध आणायला घराबाहेर पडून खिशात असल्या नसलेल्या पैशांची पुस्तकं घेऊन मी घरी आलो आहे! मनुष्य कशाचा ना कशाचा गुलाम व्हावा, असा निसर्गाचा संकेतच आहे, त्याला काय करायचं?''

माझे स्नेही मन:पूर्वक म्हणाले,

"म्हणजे आपण सारेच गुलाम आहोत. मी जसा सिगारेटचा, तसे तुम्ही पुस्तकांचे! तिसरा कुणीतरी-''

"आपल्या मातृभूमीचा गुलाम असेल!'' मी बोलून गेलो.

आम्ही दोघांनी काही न बोलता एकमेकांकडे पाहिले. दोघांच्या दृष्टीत एकच भाव तरंगत होता. निसर्गाने मनुष्याच्या रक्तात गुलामगिरीची आवड ठेवली असेल; पण आपण कशाचे गुलाम व्हायचे, ते ज्याचे त्याला ठरविता येतेच की!

◆

न आलेली पत्रे

गोष्टीचे पहिले वाक्यसुद्धा मी पुरे केले नव्हते. इतक्यात-

खण्-खण् - खण्-खण् ....

मी अस्वस्थ होऊन वर पाहू लागलो.

खण्खण्- खण्ण्ण्ण् ....

आता स्वस्थ बसणे शक्यच नव्हते! मी रागारागाने जिना उतरून खाली गेलो आणि धाडकन दार उघडले.

पाहतो, तो समोर पोस्टमन उभा. त्याने चांगला वीस-पंचवीस पत्रांचा एक गठ्ठाच माझ्या हातात दिला. मी हसत हसत म्हटले,

"दुसऱ्या कोणाची तरी पत्रे चुकून या गठ्ठ्यात आली नाहीत ना?"

हो, लग्नाच्या मोसमात एका वरातीची माणसे दुसऱ्या वरातीच्या गर्दीत मिसळतातच की नाही?

सायकलवर बसत बसत तो उत्तरला, "छे साहेब! सारी तुमचीच आहेत!"

पत्रांचा तो भारा घेऊन जिना चढताना हे एकच वाक्य माझ्या कानात घुमत होते-

'सारी तुमचीच आहेत!'

क्षणभर मला अभिमान वाटला. भोपळ्याचा वेल कसल्याही मोडक्या-तोडक्या काटक्यांच्या आधाराने घरावर चढतो ना? मनुष्याच्या अहंकाराचेही तसेच आहे. आपला मोठेपणा सिद्ध करण्याकरिता तो मिळेल त्या साधनांचा आश्रय करीत असतो. जिन्याच्या अगदी वरच्या पायरीवर मी आलो, तेव्हा माझे मन म्हणत होते, 'सारी तुमचीच आहेत!' या पोस्टाच्या शिपायाच्या त्या साध्या वाक्यात केवढा खोल अर्थ भरला आहे. तो तीन शब्दांचे हे छोटे वाक्य सहज बोलून गेला खरे! पण त्याला म्हणावयाचे होते, 'वाटेल त्या माणसाला पत्रे येत नाहीत, साहेब! एका डाकेने वीस-पंचवीस पत्रे यायची, म्हणजे काय थट्टा आहे? बड्या

मनुष्यालाच ती यायची! व्यापाऱ्यांनासुद्धा एकदम इतकी पत्रे कधी येत नाहीत! हां, सिनेमानटीला कधीकधी एका डाकेने इतकी पत्रे येतात! पण-'

पण मी माझ्या टेबलापाशी येऊन पोहचलो होतो.

लिहायला घेतलेल्या गोष्टीचा तो पहिला कागद; त्याच्यावरचे ते पहिलेच अपुरे वाक्य, नि माझ्या हातातली ती वीस-पंचवीस पत्रे!-

अरे, बाप रे!

ही सारी पत्रे वाचून त्यांना आजच्या आज उत्तरे घालावयाची, म्हणजे...

न घालावी, तर? पत्रे आणि कर्जे यांच्याकडे वेळेवर लक्ष दिले, तरच ती निकालात निघतात! नाहीतर - नाहीतर काय! दिवाळेच!

मी समोरच्या घड्याळाकडे पाहिले. बरोबर साडेबारा वाजले होते.

मी खाली मान घालून पत्रांची उत्तरे लिहू लागलो.

वर मान करून मी समोरच्या घड्याळाकडे पाहिले. बरोबर साडेतीन वाजले होते.

माझ्या गोष्टीचे पहिले वाक्य तसेच अपुरे पडले होते. मात्र त्या कागदाजवळ सात-आठ कार्डे व तेवढेच नोटपेपर्स लिहून पडले होते.

मी गोष्टीचा कागद हातात घेतला; पण आता काही केल्या लिहिण्यात माझे लक्षच लागेना!

आजच्या टपालाने आलेल्या त्या सर्व पत्रांकडे मी इतक्या रागाने पाहिले- मदनाकडे शंकरानेच काय तो एवढा जळजळीत क्रोधकटाक्ष टाकला असेल!

माझ्या मनात आले- आजच्या टपालाने यापैकी एकही पत्र आले नसते, तरी माझे काय बिघडले असते? उलट, एव्हाना माझी गोष्ट लिहून पुरी झाली असती!

छे: छे: छे:! जलद जाणाऱ्या वाहनांचे शोध लावणारी माणसे महामूर्ख असली पाहिजेत! अजून सांडणीस्वाराची पद्धत कायम असती, तर आज मला एकही पत्र आले नसते! आणि सरकारने तरी तीन पैशांना कार्ड आणि चार पैशांना पाकीट इतका स्वस्त दर कशाला ठेवलाय? केवळ माझ्यासारख्याला त्रास देण्याचे एक साधन रिकामटेकड्या लोकांना उपलब्ध व्हावे म्हणून? छे:! आपण उद्या कौन्सिलात गेलो, तर पहिले बिल हे आणणार- कार्डाची किंमत कमीत कमी आठ आणे तरी असावी आणि पाकीट सरकारने खुशाल दोन रुपयांना विकावे! कार्डापेक्षा पाकिटात हवा तेवढा मजकूर लिहून दुसऱ्याचा भरपूर वेळ खाता येतो. तेव्हा पाकिटाची किंमत थोडी जास्त असणे जरूरच आहे! माझे हे बिल पास झाल्यावर-

ते पास झाल्यावर क्रांतीच होऊन जाईल. हा संदेश मागणारा मुलगा!

दोन आण्यांत माझा संदेश मिळतोय, म्हणून त्याने हा उपद्व्याप केला आहे. पण मूळ पाकिटाचे दोन रुपये आणि परत तिकिटाचे दोन रुपये असा चार रुपयांचा खर्च करायची स्वारीवर पाळी आली असती, तर उभ्या जन्मात माझा संदेश घेण्याची इच्छा त्याला झाली नसती! तशीच ही नवऱ्याशी भांडणारी बायको! लेखकाचा सल्ला एका आण्यात मिळतो, म्हणूनच तिने 'मी नवऱ्याला सोडून दूर राहू, की नको?' हा प्रश्न मला विचारला असावा! पण सात-आठ पानांचे पत्र पाठवायला चार रुपये पडत असते, तर आणखी दोन-चार रुपयांची भर घालून तिने सरळ वकिलाच्या घराचीच वाट धरली असती. तसाच हा इंग्रजी पाचवीतला मुलगा! तीन कादंबऱ्या, सात बोलपट-कथा, एकशेएकवीस भावगीते, नि तीन खंडकाव्ये एवढे आपले वाङ्मय तयार आहे, असे याचे म्हणणे! स्वारीने कागद-पेन्सिलीकरता वडिलांकडून घेतलेल्या पैशातून दोन आण्यांची बचत करून हे पत्र मला पाठविले आहे. पाकिटाला दोन रुपये पडत असते, तर मला त्रास देण्याची काय शहामत होती या पोराची!

निरनिराळ्या दहा-वीस गावांतल्या पाच-पंचवीस लोकांना मला पत्रे पाठवायची एकाच वेळी लहर यावी आणि त्यामुळे माझा कामाचा सबंध दिवस फुकट जावा! छे:! महत्त्वाच्या कामाशिवाय पत्रे लिहिणे हा फार मोठा गुन्हा आहे, असे कायद्याने ठरविणे जरूर आहे, इथपर्यंत माझे विचारचक्र पोहचले, तेव्हाच चहा पिणे, फिरायला जाणे वगैरे नित्याच्या कार्यक्रमाकडे मला स्वस्थपणाने वळता आले.

दुसरे दिवशी दुपारी–
माझी गोष्ट निम्मीअधिक लिहून झाली होती. आळसावल्यामुळे थोडा वेळ पेन्सिल बाजूला ठेवून मी आळोखेपिळोखे दिले व इकडेतिकडे पाहिले. चटकन माझे लक्ष समोरच्या घड्याळाकडे गेले.

घड्याळात साडेबारा वाजले होते.

मला पोस्टमनची आठवण झाली. अजून कसा आला नाही तो? काल बरोबर साडेबाराला मी पत्रे घेऊन वर आलो होतो, आज साडेबारा झाले, तरी–

मी गॅलरीत जाऊन रस्त्याच्या दोन्ही बाजूंकडे निरखून पाहिले. रस्त्यावर चिटपाखरूदेखील नव्हते. मग खाकी पोशाखातला सायकलवाला कुठून दिसणार? माझ्या मनात आले, पोस्टमन बसला असेल कुठेतरी चहा पीत, नाहीतर विडी फुंकीत! आपल्या हातांतल्या पत्रांत कुणाची किती महत्त्वाची कामे असतील, याची त्याला काय कल्पना असणार! आपल्या देशाचे हेच मोठे दुर्दैव आहे–

न आलेली पत्रे । ४५

वेळेची किंमत कुणाला कळत नाही!

न आलेल्या पोस्टमनवर चडफडत मी आत आलो आणि लिहायला बसलो!

पण आता काही केल्या माझे लिहिण्यात लक्ष लागेना! गोष्टीचा उरलेला भाग मोठा गमतीदार होता. पण एक-दोन वाक्ये लिहून झाली, न झाली, तोच मला पोस्टमनची आठवण झाली. मी पुन्हा गॅलरीत गेलो आणि निराश होऊन परत आलो. नुकतीच लिहिलेली दोन वाक्ये मी वाचून पाहिली– ती कशीबशीच वाटली मला. ती खोडून मी दुसरी वाक्ये लिहिणार, इतक्यात दारावरची घंटा वाजली– खण्-खण्. मी धावतच गेलो.

दार उघडून पाहतो, तो समोर आमची मोलकरीण उभी! ती जिना चढून गेल्यावर मी धाडकन दार लावले आणि वर आलो.

गवई गाण्यापूर्वी तंबोऱ्याच्या तारा छेडीत बसतात ना? तशी इकडली-तिकडली काही पुस्तके चाळावीत नि मन शांत झाल्यावर मग लिहायला लागावे, असे मी ठरविले.

कपाट उघडून हाताला येईल ते पुस्तक मी उचलले. फडक्यांच्या 'गुजगोष्टी' होत्या त्या! पुस्तक उघडून जे पान निघाले, ते मी वाचू लागलो; पण एकाच मिनिटात मी ते पुस्तक मिटून दूर ठेवून दिले.

त्या पानावर लिहिले होते : पत्रे ही रसदार मधुर काबुली द्राक्षांसारखी असतात!

आता मला पोस्टमनचा अधिकच राग आला. काबुली द्राक्षे ताजी खाण्यातच गंमत असते! पण हा दुष्ट मनुष्य सकाळी आठ वाजता इथे येऊन पोहचलेली माझी काबुली द्राक्षे एक वाजून गेला, तरी मला आणून देत नाही म्हणजे काय? बस्स, आता पोस्टमन आला, की त्याला दारात उभा करून ही फडक्यांची सबंध गुजगोष्टच ऐकविली पाहिजे.

मी हसत हसत गॅलरीत जाऊन पाहिले. पोस्टमनचा कुठेच पत्ता नव्हता.

मी आत येऊन टेबलापाशी बसलो, पण आता माझ्या मनात एकच गोष्ट घोळू लागली– मी लिहीत होतो, ती नव्हे, माझी आजची पत्रे अजून का आली नाहीत ही!

एकदा वाटले– वाटेत कुठेतरी अपघात झाल्यामुळे आज मेलच आली नसेल! पण या तर्कात काहीच अर्थ नाही, हे टेबलावर पडलेल्या आजच्या तारखेच्या ज्ञानप्रकाशने मला लगेच सांगितले.

मग अजूनही माझी पत्रे कशी आली नाहीत? की आजच्या टपालात माझे एकही पत्र नव्हते? छे:! तसे होणे शक्यच नाही! मला ओळखणाऱ्या शेकडो लोकांपैकी काल कुणालाच माझी आठवण झाली नसेल? माझ्याकडे कुणाचे

कसलेच काम निघाले नसेल?

काल आलेल्या वीस-पंचवीस पत्रांकडे पाहत मी मनात म्हटले, 'असं होणं शक्य नाही!'

आता पोस्टमन येईपर्यंत दुसऱ्या कुठल्याही कामाकडे माझे लक्ष लागणे शक्य नव्हते. म्हणून मी ती कालची पत्रे पुन्हा वाचू लागलो.

माझ्याकडे संदेश मागणाऱ्या त्या मुलाचे पत्र- त्या पत्रातला सद्भाव किती हृदयस्पर्शी होता! एखाद्या लहान मुलाने उंबरठा ओलांडताना जवळच्या मोठ्या माणसाचे बोट धरण्याचा प्रयत्न करावा, तशी त्याच्या संदेशाची मागणी वाटली मला! मी त्याच्याएवढा होतो, तेव्हा मला नेहमी वाटे- माझ्यापुढे कितीही अंधार पसरला असला, तरी मोठ्या माणसांच्या उपदेशाचा प्रकाश या अंधारातून आपल्याला मार्ग दाखवील. माझी दोन तपांपूर्वीची ती भूमिका आज हा मुलगा करीत होता. पण एवढ्यावरून त्याचे हे पत्र म्हणजे काही मूर्खपणाचा उपद्व्याप ठरत नाही! माझ्या मनात आले- काल कामाच्या घाईत उगीच वाईट बोललो मी या मुलाविषयी!

मी दुसरे पत्र उचलले- तीन कादंबऱ्या, सात बोलपटकथा, एकशेएकवीस भावगीते नि तीन खंडकाव्ये लिहिणाऱ्या इंग्रजी पाचवीतल्या विद्यार्थ्याचे होते ते! आज ते वाचताना मला मोठी गंमत वाटली. त्या विद्यार्थ्याच्या अफाट साहित्यातले एक पानसुद्धा छापले जाणार नाही, हे खरे! पण एवढ्यावरून त्याने हौसेने काही लिहू नये किंवा खूप लिहिल्यावर माझ्यासारख्या लेखकाने त्यातला काही भाग आपल्या नजरेखालून घालावा, म्हणून त्याला पत्र पाठवू नये, असे थोडेच आहे! पंधराव्या वर्षी एक नाटक लिहून गंधर्व मंडळी आणि ललितकला यांना ते घेण्याविषयी स्वत: मी पत्रे पाठविली होतीच, की नाही! छे:, या मुलाच्या अविचारी धाडसाला काल मी उगीच हसलो. त्या संदेश मागणाऱ्या मुलाप्रमाणे हा मुलगाही माझा एक जिव्हाळ्याचा मित्र आहे- कालप्रवाहात वाहून गेलेल्या माझ्या निरनिराळ्या मूर्तींची प्रतिबिंबेच आहेत ही!

वाचून झालेल्या या दोन्ही पत्रांकडे मोठ्या कौतुकाने पाहत मी तिसरे पत्र उचलले. चांगले जाडजूड पाकीट होते ते. नवऱ्यापासून दूर होऊ इच्छिणाऱ्या एका दुर्दैवी तरुणीची ती कहाणी-

काल ती वाचताना मला कंटाळा आला होता. पण आज ती मी तीनदा वाचली; त्या पत्रात निष्कारण पाल्हाळ होता, अशुद्ध भाषा होती आणि वर्णनांचा भडकपणाही होता. पण असे असूनही त्या पत्रात माझ्याविषयी जो आदरभाव व्यक्त झाला होता, एखाद्या मैत्रिणीच्या खांद्यावर मान ठेवून

न आलेली पत्रे । ४७

मनसोक्त रडावे, त्याप्रमाणे त्या तरुणीने आपले दुःख जिव्हाळ्याने मला सांगण्याचा प्रयत्न केला होता– तीन वेळा मी ते पत्र वाचले. तरीसुद्धा आणखी एकदा ते वाचावे, अशी इच्छा माझ्या मनात उत्पन्न झाली. काल मी या पत्राला पाठविलेले उत्तर अगदी मामुली होते, असे मला वाटू लागले. त्या तरुणीपुढे उभा राहिलेला बिकट प्रश्न सोडविण्याच्या कामी माझी फारशी मदत होणे शक्य नसले, तरी तिला हवा असणारा धीर जिव्हाळ्याने देणे काही मला अशक्य नव्हते!

काल या सर्व पत्रांनी लेखनसमाधीला आवश्यक असणाऱ्या माझ्या एकांताचा भंग केला, म्हणून त्यांचा मला राग आला होता. पण आज तीच मला प्रिय वाटू लागली. 'एकान्त फार सुंदर खरा! पण तो केव्हा? एकान्त फार सुंदर आहे, हे जिला आपण सांगू शकू, अशी व्यक्ती जवळ असेल, तेव्हाच!' या बाल्झाकच्या उक्तीचा खरा अर्थ आजच आलेल्या माझ्या पत्रांनी मला शिकविला! मनुष्याला एकान्त हवा असला, तरी एकटेपणा नको असतो. जगात आपणाला खूप मित्र आहेत, आपली आठवण करणारी पुष्कळ माणसे आहेत, अशी ज्याला खात्री असते, त्याला एकलेपणाच्या आगीचे चटके कधीच बसत नाहीत! उचकी लागली, म्हणजे कुणीतरी आपली आठवण काढीत आहे, असे जुनी माणसे मानीत असत! त्याच्या मुळाशीसुद्धा आपण या जगात एकटे नाही, आपल्यावर निरपेक्ष प्रेम करणारी नि वारंवार आपली आठवण काढणारी अनेक माणसे आहेत, या विचाराने मनुष्य आनंदित होतो, हा अनुभवच आहे, नाही का? या दृष्टीने पाहिले, तर आपल्याला येणारे प्रत्येक पत्र जगाशी आपली प्रेमाची गाठ बांधणारा एक धागाच असतो!

या नव्या कल्पनेच्या नादात नुसती कालचीच नव्हे, तर गेल्या आठवड्यात मला आलेली सारी पत्रे मी वाचून काढली.

पत्र वाचून संपवून मी वर पाहिले– घड्याळात बरोबर साडेतीन झाले होते.

कालचीच वेळ!

टेबलावर माझी गोष्ट तशीच अपुरी पडली होती.

मी गॅलरीत जाऊन पाहिले. पोस्टमन कुठेच दिसत नव्हता. आज आपली पत्रे आली नाहीत, ते एका दृष्टीने बरे झाले, असे मला वाटले. हो, आता निर्वेधपणाने गोष्ट पुरी करायला हरकत नाही.

मी लिहायला बसलो– अगदी झरझर लिहू लागलो.

आज मला एकही पत्र आले नव्हते खरे! पण गेल्या आठवड्यातली

टेबलावर पडलेली सर्व पत्रे माझे समाधान करीत होती–

'पावसाळ्यात प्रत्येक दिवशी पाऊस पडतो, असे थोडेच आहे!'

शिवाय, पत्रे हा आपल्या आयुष्यातला सुखाचा एक भाग असला, तरी त्यांचे प्रमाण मर्यादित असण्यात खरे सुख आहे. तुम्हाला वाटेल, पुन्हा मी पत्रांची निंदा आरंभिली! पण- तसे मुळीच नाही! चहा, गप्पा आणि मुले ही मर्यादित असतात, तोपर्यंतच सुखकारक होतात, हा अनुभव आजकाल कुणाला नाही? पत्रात या तिन्हींचे फायदे आणि तोटे एकवटलेले असतात, तेव्हा ती तरी या नियमाला कुठून अपवाद होणार?

◆

मंदिर आणि बाजार

'ग्वाल्हेरहून आलो आहे, तरी...'

मी चिठी तशीच टाकून दिली!

मोठ्या पंचाइतीत पडलो मी!

गेले पाच-सहा दिवस एकसारखे काम केल्यामुळे मी अगदी कंटाळून गेलो होतो. आजचा दिवस आपण अगदी महात्माजी व्हायचे आणि मौनव्रत पाळायचे (व्रतांना अपवाद- पत्नी, मुले, मित्र, इत्यादी इत्यादी) असे काल निजताना मी मनाशी अगदी ठरवून टाकले होते.

सकाळी कुणाशीही न बोलता मी चहा घेतला आणि माडीवर येऊन पुस्तकांचे कपाट उघडले. एक-दोन, तीन-पाच... सहा नवी पुस्तके गेल्या आठवड्यात मी आणवली होती. पण त्यातल्या एकाचे एक पान वाचायला सवड मिळाली, तर शपथ!

कापड-दुकानात गेलेल्या तरुणीला पाच-सहा सुंदर साड्यांतून एकच साडी निवडायची जसे जिवावर येते, त्याप्रमाणे माझ्या आवडत्या पाच-सहा ग्रंथकारांच्या पाच-सहा नव्या पुस्तकांतून वाचण्याकरिता एकाचीच निवड करायची, हे काम मलासुद्धा मोठे कठीण वाटले. मी उगीचच ती सर्व पुस्तके उघडून पाहिली, त्यांची पाने चाळली, एखाद्या पानावरल्या चार ओळीही वाचून पाहिल्या– पण आजच्या संपूर्ण सुटीच्या आनंदमहोत्सवानिमित्त कोणते पुस्तक वाचायला घ्यावे, याचा काही केल्या माझ्या मनाला निर्णय करता येईना. हापूस आंबे आणि द्राक्षांचे घोस समोर आले, तर थोड्या आंब्याच्या फोडी खाऊन आणि थोडी द्राक्षे तोंडात टाकून मनुष्य आपल्या दोन्ही वस्तूंचा आस्वाद घेऊ शकेल. पण क्रिकेटच्या मैदानावर विजय मर्चंटचा खेळ रंगात आला आहे आणि त्याच वेळी आपल्या आवडत्या वक्त्याचे व्याख्यान आहे किंवा ज्या चांदण्या रात्री पतिपत्नींनी जुहूला फिरायला जायचे ठरवावे, त्याच रात्री शांतारामाचे नवे चित्र सुरू व्हायचे

असावे – अशा प्रसंगी माणसाच्या मनाची काय ओढाताण होत असेल, याची वाचनासाठी पुस्तक निवडताना मला पुरी पुरी कल्पना आली.

शेवटी मी स्टीफेन झ्वाइगची 'Beware of Pity' ही कादंबरी घेऊन आरामखुर्चीत पडलो मात्र–

तोच गडी एक चिठी घेऊन आला.

चिठी न वाचताच मी म्हटले,

"मी आजारी आहे, म्हणून सांग!"

"सांगितलं, साहेब! पण-पण..."

त्याने माझ्या हातात चिठी दिली. तिच्यात लिहिले होते.

'ग्वाल्हेरहून आलो आहे, तरी...'

आजच्या माझ्या सुटीचे खोबरे होणार, अशी भीती वाटत असूनही मी गड्याला त्या गृहस्थांना वर घेऊन यायला सांगितले.

जिना उतरणाऱ्या गड्याचीच पावले धाडधाड वाजत नव्हती, माझ्या काळजातही तसाच आवाज होत होता! 'आज कुणी मला भेटायला आले, तर मी आजारी आहे, म्हणून सांग,' असे मी गड्याला पढवून ठेवले नसते, तर फार बरे असते, असे मला वाटू लागले. ग्वाल्हेरसारख्या लांबच्या ठिकाणाहून आलेला हा सद्गृहस्थ आता मनातल्या मनात मला लबाड म्हटल्याशिवाय राहणार नाही! हो, आजारी असणे निराळे आणि दिसणे निराळे! छे: छे: छे:! 'सत्य सदा बोलावे, सांगे गुरू आणि आपला बाप' हे लहानपणी उगीच घोकले! आता या ग्वाल्हेरच्या गृहस्थाने 'काय होतं?' म्हणून प्रश्न केला, तर त्याला काय सांगायचे? इन्फ्ल्युएंझा, टायफॉइड, मेनिनजायटिस–

छट्! असल्या रोगांनी पछाडलेली माणसे काही आरामखुर्चीत कादंबऱ्या वाचीत पडत नाहीत. ती अंथरुणावर विव्हळत, तळमळत...

मी इकडेतिकडे पाहू लागलो. मी आजारीपणाचे नाटक करायचे निश्चित केले खरे, पण त्या नाटकाचे साहित्य अंथरूण, पांघरूण, औषधाची बाटली, फळे, तस्त इत्यादी पैदा करण्याची मात्र दक्षता घेतली नाही! आता त्या गृहस्थाला–

जिन्यावर पावले वाजू लागली.

मी डोळे मिटून स्वस्थ पडलो.

खोलीत कुणीतरी आले, असे वाटताच मी डोळे उघडून नमस्कार केला व पलीकडच्या खुर्चीकडे बोट दाखवीत म्हटले,

"बसा!"

तो गृहस्थ जरा संकोचानेच बसला. बसता बसता तो म्हणाला,

''माफ करा हं! तुम्हाला त्रास देण्याची माझी इच्छा नव्हती. पण-''

''मी काही तसा आजारी-''

''आपल्या भिडस्तपणाचा फायदा घेऊन मी आपल्याला अधिक त्रास नाही देणार. आपण किती आजारी आहात, हे आपल्या चेहऱ्यावरून दिसतंय! फार लांबून आलो होतो. आपल्या आवडत्या लेखकाला एकदा पाहावं, एवढीच इच्छा होती!''

लगेच तो गृहस्थ जायला उठला. मी म्हटले,

''जरा बसा ना! तसा काही मी-''

तो उद्गारला,

''मी तुम्हाला आजारीपणात बोलण्याचा त्रास दिला, तर-''

माझे मन आतल्या आत चडफडून म्हणत होते,

''मी आजारी नाही, मी आजारी नाही!''

पण हे उद्गार माझ्या तोंडातून मात्र काही केल्या बाहेर पडेनात.

शेवटी त्या गृहस्थाला बसविण्याकरता मी म्हटले,

''चहा तरी घेऊन चला. इतक्या लांबून तुम्ही आलात-''

''म्हणून तर आपण आजारी आहात, हे कळूनही आपली भेट घेण्याचा हट्ट धरला मी! नाही तर-''

''पण माझा आजार काही तसा-''

''आपण स्वस्थ पडून राहा. आपला चहाचा आग्रह मोडवेना, म्हणून मी राहिलोय! आपल्याला बोलायला लावून बिलकूल त्रास देणार नाही मी!''

एवढे बोलून स्वारीने जे तोंड मिटले, ते चहा आल्यावर तो पिण्याकरताच उघडले.

या मधल्या दहा मिनिटांत मी मात्र फाशीची शिक्षा झालेल्या माणसाच्या मनःस्थितीचा अनुभव भरपूर घेतला. एका सरळ स्वभावाच्या भावनाशील मनुष्याला आपण फसवीत आहोत, ही रुखरुख एकसारखी माझ्या मनाला लागली. निष्कारण वेळ घेणाऱ्या माणसांना आल्यापावली परत पाठविण्यासाठी हे आजारीपणाचे नाटक होते, पण-

माझ्या मनातल्या वादळाचा त्या गृहस्थाला पत्ताही नव्हता. चहा पिऊन होताच भावनापूर्ण दृष्टीने पाहत त्याने मला नमस्कार केला आणि लगेच तो खोलीतून निघून गेला. त्याला जाऊन पाच-दहा मिनिटे झाली. पण तापकऱ्याचे शरीर जसे तळमळते, तसे माझे मन एकसारखे चुळबुळ करीत होते. त्याचा अस्वस्थपणा कमी न होता उलट वाढूच लागला. हातातली आवडत्या लेखकाची कादंबरी आरामखुर्चीत टाकून मी खोलीत येरझाऱ्या घालू लागलो.

मधेच मी आरशासमोर थांबलो. माझ्या आजारीपणावर त्या पाहुण्याचा चटकन कसा विश्वास बसला, हे कोडे मला एकदम उलगडले. गेल्या सहा दिवसांत कामाच्या गर्दीमुळे मला दाढी करायला फुरसत झाली नव्हती. त्या वाढलेल्या दाढीमुळे मी खरोखरीच आजारी दिसत होतो.

'एकच प्याला'त चवथ्या अंकानंतर सुधाकरची दाढी फार वाढलेली दाखवीत असत. याचे कारण सुधाकरापाशी दाढीला पैसे नव्हते, हे नसून वाढलेल्या दाढीने मनुष्य भकास दिसतो, हेच असावे.

दररोज दाढी करण्याचा जो आधुनिक प्रघात आहे, त्याचे शास्त्रीय कारण आज आपल्याला कळले, असे मला वाटले. पण या नुकत्याच संपादन केलेल्या ज्ञानाचा आता मला काय उपयोग होता? एका भावनाशील मनुष्याची अकारण वंचना केल्याचे जे शल्य माझ्या मनात सलू लागले होते, ते यामुळे थोडेच नाहीसे होणार होते!

त्या गृहस्थाच्या दृष्टीने माझा आजार खोटा नव्हता. पण माझ्या स्वत:च्या दृष्टीनेच मी लबाड ठरलो होतो!

लबाडीबद्दल मी काही एकटाच जबाबदार नाही, हा विचार माझ्या मनात आला, तेव्हा कुठे मला बरे वाटले. आजारीपणाचे सोंग न करता 'मला वेळ नाही' म्हणून जर कुणालाही सांगितले, तर तो 'उद्धट आणि उर्मट' या शेलक्या पदव्यांचा आहेर करीतच माझ्या दारातून निघून जाईल, नाही का?

घटकेच्या पाहुण्याचीच गोष्ट कशाला हवी? घरी, दारी, बाजारी, सकाळी उठल्यापासून रात्री झोपेपर्यंत, किंबहुना स्वप्नातही मला इतके खोटे बोलावे लागते, की-

असत्याचा असा आश्रय केला नाही, तर मनुष्याला सुखाने जगणे कठीण होऊन बसेल! सिनेमाला जायच्या वेळी आपण खूप लांब एकट्याने फिरायला जाण्याचा बहाणा केला, तरच आपल्या पाकिटातले पैसे सुरक्षित राहण्याचा संभव असतो! मुलीचे लग्न दुसरीकडे जुळत असल्याचा निरोप ऐन वेळी मुलगी दाखवायला नेलेल्या जागी आणविला, तरच तिथला हुंडा शे-दीडशांनी कमी होण्याची शक्यता असते! सात पैशांच्या कोबीचे माळणीने तीन आणे सांगावे नि आपण तो एक आण्याला मागावा- म्हणजे सौदा बरोबर सात पैशांवर ठरतो! यात माळीणही खोटे बोलत नाही नि आपणही खोटे बोलत नाही!

जग हा एक बाजार आहे, हेच खरे! आणि बाजारात इच्छा नसताना आपले पुष्कळांना धक्के लागतात. मघाचा गरीब ग्वाल्हेरकर हा त्या बिचाऱ्या पुष्कळांपैकी एक होता?

मी शांतपणाने 'Beware of Pity ही कादंबरी वाचू लागलो. त्या कादंबरीतील

ती पंगू मुलगी- करुणेने तिच्याकडे पाहणारा तो तरुण! त्या मुलीला वाटते– तो तरुण आपल्यावर प्रेम करीत आहे! झ्वाइगने याबाबतीत त्या तरुणालाच दोष दिला आहे. पण माझ्या मनात आले, आपल्यासारख्या पंगू मुलीशी लग्न करायला कुणीही तयार होणार नाही, हे कटू सत्य त्या मुलीला दिसायला नको होते काय?

जगात स्वत:विषयीचे कटू सत्य जाणून घ्यायला सहसा कुणी तयार होत नाही आणि त्याचा परिणाम?– सत्याचे मंदिर म्हणून गाजणाऱ्या मानवी मनात आज असत्याचा बाजार भरत आहे!

माझ्या मनात आले– असेच्या असे घराबाहेर पडून मघाच्या त्या मनुष्याला परत आणावे आणि त्याला सांगावे, 'मी आजारी नाही! खरंच, मी आजारी नाही!'

माझ्या मनाची ही तळमळ– सत्य सांगण्याची ही सदिच्छा क्षणिक होती, हे खरे, पण तो विलक्षण क्षण मी कधीही विसरणार नाही. वीज क्षणभरच चमकते, पण तेवढ्यात परिसाच्या स्पर्शाने लोखंडाचे सोने व्हावे, त्याप्रमाणे काळ्याकुट्ट आकाशाला उज्ज्वल रूप प्राप्त होते. एखाद्या गाण्याची गोड लकेर क्षणभरच ऐकू येते, पण ती जन्मभर कानांत घुमत राहते. असले क्षणही तसेच असतात.

केशवसुतांची एक कविता आहे. ती मुळीच लोकप्रिय नाही. पण फार सुंदर आहे ती! तिचे नाव 'क्षणात नाहीसे होणारे दिव्य भास.' या कवितेत केशवसुतांनी कविमनाचे एक रहस्य मोठ्या कल्पकतेने वर्णन करून सांगितले आहे. ते म्हणतात, उदात्ततेचा साक्षात्कार होतो, पण तिचा आविष्कार करता येत नाही, म्हणून कवीचे मन नेहमी तळमळत असते. मला वाटते, या दृष्टीने सामान्य मनुष्य हासुद्धा एक कवीच आहे. त्याच्या डोळ्यांना अधूनमधून दिव्य भास दिसतात, त्याच्या पावलांना केव्हा तरी पर्वताच्या उंच शिखरांचा स्पर्श होतो, पण तो क्षणभरच! तान्ह्या मुलाने दिव्याकडे पाहून हसावे आणि इतक्यात वाऱ्याने दिवा शांत व्हावा, तशी याबाबतीत त्याची स्थिती होते.

महात्मा गांधींच्या तत्त्वज्ञानावर सामान्य माणसे जी टीका करतात, तिचा उगम याच गोष्टीत आहे. तान्ह्या बाळाला अंगणात आणून सूर्याकडे पाहायला लावले, तर काय होईल? त्याचे डोळे दिपून जातील, ते भीतीने डोळे मिटून घेईल, मुठी घट्ट आवळून धरील आणि मोठ्याने टाहो फोडील. गांधींच्यावरली आमची टीका हा असाच आक्रोश आहे. अज्ञान, असमर्थता, अनुभवाचा अभाव ही सारी एकवटून टाहो फोडीत असतात आणि आम्ही मात्र त्याला टीका हे गोंडस नाव देत असतो.

दिव्य क्षणांच्या मालिकेने फुलून जाणाऱ्या जीवनाची आम्हाला कल्पनाच करता येत नाही. काजव्यांचे सौंदर्य आम्ही पाहू शकतो; पण शेकडो सूर्य एकदम प्रकाशू लागले, तर एकदम आम्ही घाबरून तळघरात जाऊन लपू. देहाचा पूल करून देशाचे स्वातंत्र्य राखणारे मावळे, थेऊरला हसत सती जाणारी रमाबाई, सशस्त्र शिपायांपुढे छातीठोकपणाने उभे राहणारे नि:शस्त्र श्रद्धानंद, यांच्या कथा वाचून सामान्य मनुष्य स्तिमित होतो; पण कार्यप्रवृत्त होत नाही. त्याची मान विभूतीपुढे लवते; पण तिच्या पावलांवर पाऊल टाकण्याकरता त्याचे पाय सहसा वळत नाहीत.

मात्र भविष्यकाळात मनुष्याच्या मनाचा हा दुबळेपणा असाच राहील, असे मला वाटत नाही. जिथे पूर्वी दोन पायांच्या हिंस्त्र पशूंनी भरलेली अरण्ये होती, तिथे आज माणसांनी गजबजलेले बाजार भरत आहेत. उद्या हे बाजार नाहीसे होऊन तिथे मंदिरे दिसू लागतील आणि त्या मंदिरांत मानवतेची अखंड पूजा होत राहील.

◆

मांजरावर प्रेम करणारी नायिका!

माझी पहिली कादंबरी प्रसिद्ध झाली, तेव्हा तिच्यातल्या कुठल्या दोषांवर खूप टीका होईल, याची मला पूर्ण कल्पना होती. पण एका रसिक वाचकाने जी शंका काढली, ती मात्र माझ्या स्वप्नातसुद्धा आली नव्हती, हे मी कबूल करतो. त्या कादंबरीतली नायिका दु:खमग्न असताना एक मांजर हळूच तिच्याजवळ येते, तिच्या पायाला लाडकेपणाने अंग घासू लागते आणि मग त्याच्या त्या मूक स्पर्शाने तिचे भारावलेले मन थोडेसे हलके होते, असे काहीतरी त्या कादंबरीत मी वर्णन केले आहे.

पण ते वाचून त्या रसिकाच्या अंगावर अगदी शहारे आले होते. त्याने मला सरळ लिहिले होते, तुमच्या सुंदर नायिकेला मांजर आवडते, हे मला कळताच तिच्याविषयी वाटणारी सहानुभूती कमी झाली.

त्याच्या या आक्षेपाचा अर्थच मला कळेना. ते बिचारे मांजर म्हणजे काही त्या कादंबरीतला कलिपुरुष नव्हता!

खूप विचार केल्यावर मला वाटले, हे पत्र लिहिणारा तो गृहस्थ मांजरांचा द्वेष्टा असावा. लहानपणी आईचा डोळा लागल्यावर चोरून लाडू खाण्याकरिता त्याने फडताळ उघडले असावे आणि ते उघडताच आधीच आत सापडलेल्या मांजराने त्याच्या अंगावर उडी मारली असावी! मांजराच्या त्या विचित्र स्पर्शाची आठवण स्वारीच्या मनातून कधीच नाहीशी झाली नसेल! त्यामुळे मांजरावर माया करणारी नायिका पाहताच त्याला कादंबरी हातातून भिरकावून देण्याइतका माझा राग आला असेल. माझी नायिका वाघाची शिकार करते, असे मी दाखविले असते, तर कदाचित त्याने त्याविषयी तक्रार केली नसती! पण तिने एका मांजरावर प्रेम करणे म्हणजे— छे! ज्यूलिएटचे रोमिओवर प्रेम आहे, हे आढळून आल्यावर तिच्या घरच्या माणसांची जी स्थिती झाली, तिचा या रसिक गृहस्थाला अगदी पुरेपूर

अनुभव आला असावा!

त्या माणसाच्या मांजराविषयीच्या तिटकाऱ्याची अशी चेष्टा करीत असताना एक प्रश्न हळूच माझ्यापुढे उभा राहिला. नायिकेच्या त्या मन:स्थितीत मांजर तिच्याजवळ येते, असे वर्णन मी तरी का केले? मी गोठ्यात गेली असती, तर गाईच्या सान्निध्यात त्या साऱ्या प्रसंगाचे वर्णन अधिक सरस झाले नसते का?

कुणाला ठाऊक! पण एक गोष्ट मात्र माझ्या लक्षात आली. माझ्या नायिकेची आवड मी माझ्यासारखीच मानली होती. लेखकाने आपल्या पात्रांपासून कितीही अलिप्त राहण्याचा प्रयत्न केला, तरी त्याच्या स्वत:च्या जीवनाच्या लहानसहान छटा नकळत त्यांच्यात येतात, हे एका टीकाकाराचे म्हणणे किती मार्मिक आहे! मांजरावर माया करणारी नायिका हा काही एखादा लोकप्रिय कविसंकेत नव्हता! ते प्रेम हे माझ्या आयुष्यातले सत्य होते, एवढे मात्र खरे!

लहानपणापासून मांजरे मला फार आवडतात. स्वत: मिळवते झाल्यावर ज्या गोष्टी अवश्य करायच्या मी ठरविले होते, त्यात घरात मांजर पाळणे ही अगदी मुख्य होती.

मांजराच्या लहान लहान पिलांना ज्यांनी खेळताना पाहिले असेल, त्यांना माझी ही आवड मुळीच चुकीची वाटणार नाही. टोपलीत डोळे उघडून ती पाहू लागतात, तेव्हाच जणू काही डोळे मिचकावून ती आपल्याकडे पाहत आहेत, असा भास होतो. थोडेसे पाय फुटले, की ती लगबगीने इकडून तिकडे धावू लागतात. पहिल्या पहिल्यांदा माणसाची चाहूल लागल्याबरोबर लपण्याकरिता ती जी धडपड करतात, ती पाहून ज्याला हसू येणार नाही, असा तत्त्वज्ञसुद्धा सापडणार नाही. पुढे थोड्या दिवसांनी आईच्या शेपटीशी खेळण्यात ती दंग होतात. गुर्र गुर्र करीत मांजरी मोठ्या चपळाईने आपली शेपटी इकडून तिकडे आपटत आहे आणि पिले ती धरण्याकरिता पटापट उड्या मारीत आहेत, हे दृश्य मोठे गमतीचे असते. जणू काही पशुसृष्टीतला गारुड्याचा खेळच आपल्यासमोर चालला आहे, असे त्यावेळी वाटते नि आईने पोरांसाठी एखादा उंदीर मारून आणल्यानंतर त्यांच्यामध्ये जी गुरगुर सुरू होते– ज्या पिलाला ती शिकार मिळेल, ते दूर कुठेतरी कोपऱ्यात जाऊन बसते, दुसऱ्या पिलांना आपल्याजवळसुद्धा येऊ देत नाही. सबंध उंदीर आपल्याला संपविता येईल की नाही, हा विचार करण्याऐवजी सबंध उंदीर आपला आहे, या विचारातच त्याला ब्रह्मानंद होत असतो! मालकी

हक्काचे मूर्तिमंत चित्र कुणाला पाहायचे असेल, तर ते असल्या पिलाच्या मुद्रेवर चटकन दिसेल.

मांजराच्या पिलाइतका खेळाडू प्राणी जगात दुसरा कुठला असेल की नाही, याची शंकाच आहे मला. ते केव्हाही, कोणत्याही वस्तूशी खेळू शकते. त्याच्यापुढे नुसती दोरी हलविली, तरी ते घटकाघटका त्या दोरीबरोबर नाचत राहते. पेन्सिलीचा तुकडा सापडला, तरी पंजाने तो एकदा इकडे उडवायचा नि पुन्हा तिकडे उडवायचा, हा त्याचा अगदी आवडता खेळ! चेंडू दिसल्यावर तर त्याची जी तारांबळ होते, ती कधीच वर्णन करून सांगता येणार नाही. रात्री भिंतीवर स्वतःच्या सावलीशी किंवा आरशात दिसणाऱ्या आपल्या प्रतिबिंबाशी खेळणारे मांजराचे पिलू ज्याने पाहिले नाही, तो एका अत्यंत सुंदर दृश्याला मुकला, असेच म्हणावे लागेल.

रात्री दिवा मालवून आपण झोपल्यावर हळूच आपल्या पायांच्या मधे गाठोडे करून निजणाऱ्या मांजराचीही गंमत वाटल्यावाचून राहत नाही. दिवसा स्वारीला शोधावयाचे असेल, तर चुलीपाशी, अंगणातल्या उन्हात किंवा कुणाच्या तरी मांडीवर, एवढे तीन पत्ते सांगितले, म्हणजे पुरे! रात्री तर त्याची एकच जागा ठरलेली असते. आपल्या मालकाच्या पायाशी! मात्र घरात कुठे खुट् होऊ दे, लगेच पटकन उडी मारून, काय वाजले, ते पाहायला स्वारी एका पायावर तयार!

मांजराविषयी आणखी कितीतरी मौजेच्या गोष्टी मला सांगता येतील; पण-

एखादा धनगर कुत्र्याविषयी असेच बोलेल, एखादा गवळी गाईचे असेच वर्णन करील. पोपट, माकड, हरीण, हत्ती- फार काय एखाद्या सर्कशीचा मालक भेटला, तर वाघ नि सिंह यांच्याविषयीसुद्धा तो अशाच गोष्टी सांगेल.

...आणि त्यात अस्वाभाविक असे काय आहे? मनुष्य जिच्यात बाळपणापासून रंगून जातो, त्या गोष्टीचेच त्याला अधिक आकर्षण वाटते. आवड, आवड म्हणून ज्या गोष्टीचे स्तोम माजवितो, ती एवढी स्वतंत्र आहे कुठे? हिंदुस्थानातल्या मनुष्याला पेरूची लज्जत पीचमध्ये आढळली नाही, तर त्याचा काय दोष आहे? 'Love looks not with eyes but with mind.' हे शेक्सपिअरचे वाक्य माणसांच्या आवडीनिवडींच्या बाबतीतही खरे आहे. मग ती निवड पातळांची असो अथवा पतीची असो, कवितेची असो अगर आयुष्यातल्या जोडीदारणीची असो!

मनुष्याच्या आवडीचा उगम त्याच्या मनात असतो आणि प्रत्येकाचे मन हे चित्रविचित्र अनुभवांनी आणि सुप्त अथवा अतृप्त आकांक्षांनी इतके भरलेले असते, की त्याच्याशी तुलना करताना एखादे पदार्थसंग्रहालयसुद्धा वैचित्र्यहीन वाटू लागते.

दूरची उदाहरणे कशाला हवीत? हा लेख लिहिताना माझे लक्ष लिहिण्यात आहे, असे काही मला वाटत नाही. प्रकृती बरी नसल्यामुळे डॉक्टरांनी पूर्ण विश्रांती घ्यायला सांगितले आहे. पण अंथरुणावर स्वस्थ पडलो किंवा आरामखुर्चीत अगदी नवी कादंबरी घेऊन बसलो, तरी मन काही केल्या स्वस्थ राहत नाही. डोळ्यांपुढे क्रिकेटचे क्रीडांगण एकसारखे उभे राहत आहे. आज नायडू काय पराक्रम गाजवतील, निसार कसे बोलिंग टाकतील, विजय मर्चंट हिंदूंना विजय मिळवून देऊ शकतील काय? एक ना दोन, अनेक प्रश्न माझ्या मनाला भंडावून सोडीत आहेत.

मोठा निग्रह करून हे प्रश्न मनातून काढून टाकून लिहायला घेतलेल्या चित्रकथेत लक्ष घालण्याचा प्रयत्न मी केला, नाही असे नाही. जो प्रवेश मला लिहावयाचा आहे, तो प्रणयरम्य आहे, त्याचे वातावरण मोठे प्रसन्न आहे. नायिकेचे नायकावरले मुग्ध प्रेम सूचित करण्याकरिता एक सुंदर प्रतीकसुद्धा मला सुचले आहे! पण-

आजच्या सामन्यात मुश्ताकअली आणि विनू मांकड यांच्यापैकी कोण शतक करू शकेल? सी.एस.नायडूंना बोलिंगमध्ये हॅटट्रिक करून दाखविता येईल का? या सामन्यातला उत्कृष्ट झेल कोण घेईल? तो झेल कुणाचा असेल? तो सीमेवरला उंच झेल असेल, का स्लिपमधला अगदी खालून येणारा झेल असेल?

या आणि असल्या अनेक उत्कंठांनी माझे मन इतके अस्वस्थ करून सोडले, की नायक-नायिकांना नदीतीरावर मूक प्रणयाचा आस्वाद घ्यायचा सोडून त्याने थेट स्टेडियम गाठले.

क्रिकेटचा मी इतका शौकीन आहे, हे माझ्या स्नेह्यांनाच काय, पण माझे मलासुद्धा ठाऊक नव्हते! इंग्रजी शाळेत गेल्यावर तीन-चार वर्षे मी क्रिकेट खेळत असे. एकदा माझ्या जोडीच्या गड्याला एक तासाची सोबत देऊन मी दोन धावा काढल्या होत्या आणि पुढे एकदा ओव्हर बाऊंडरीचा चेंडू नाकावर बसून मी दोन तास बेशुद्ध झालो होतो, एवढाच काय तो माझा नि क्रिकेटचा निकटचा संबंध! त्यावेळी क्रिकेटविषयी माझ्या मनात उत्पन्न झालेले प्रेम अजून तितकेच उत्कट आहे, हा अनुभव मला पंचरंगी

मांजरावर प्रेम करणारी नायिका! । ५९

सामन्यांनी आणून दिला. या वेळी माझा एखादा मित्र मला काश्मीरला नेण्याकरिता आला, तरी त्याला मी सांगेन- चार दिवस माझे काश्मीर इथल्या क्रिकेटच्या क्रीडांगणावर आहे. इतक्याउपरही 'हे वेड तुझ्या डोक्यात कुठून शिरले?' असा त्याने प्रश्न केला, तर मी बायरनच्या शब्दांत उत्तर देईन– Why did she love him? Curious love! Be still; is human love the growth of human will?

◆

पहाटे तीन वाजता

काल रात्री मी कशाने जागा झालो, ते आता मला आठवत नाही. पण मी एकदम जागा झालो, हे मात्र खरे!

माझी झोपमोड करणाऱ्या त्या अज्ञात गोष्टीचा मला विलक्षण राग आला. कित्येकांची झोप म्हणजे काचेचे भांडे असते. अगदी लहानशा धक्क्याने ते फुटते नि मग काही केल्या ते सांधता येत नाही. माझीही झोप अशीच आहे. एकदा मोडली, की मोडली. मग डोळे मिटा, डोक्यावर गार पाण्याचा हबका मारा, शंभर अंक मोजा किंवा आयुष्यातल्या अगदी गोड गोड आठवणी काढा, कुठल्याही आमिषाला भुलून ती परत यायची नाही!

मी घड्याळाकडे पाहिले, नुकतेच तीन वाजून गेले होते. अजून उजाडायला तब्बल तीन तास अवकाश होता. तीन तास कसले? तीन युगेच वाटली ती मला! माझ्या मनात आले– आयुष्यातल्या अत्यंत मोठ्या दुःखाची यादी करायची झाली, तर पहाटे दोन-तीन वाजता जागे होणे या गोष्टीला मी तिच्यात अग्रस्थान देईन.

माझ्याजवळच अवी आणि मंदा झोपली होती. चिरंजीवांनी पांघरूण कुठल्या कुठे लाथाडले होते आणि कन्यका बेटकुळीसारखी पोटाशी पाय धरून निजली होती. मला वाटले, बाळपण फार रम्य असते, असे कवी म्हणतात, ते काही खोटे नाही. उगीच कुठल्या तरी आवाजाने लहान मुले अपरात्री कधी जागी झाली आहेत का?

मी अंथरुणावर तळमळत पडलो. कशात तरी मन रमावे, म्हणून मी विचार करू लागलो. पण माझे मन कशावरच स्थिर होईना.

इतक्यात एक मधुर आवाज माझ्या कानांवर पडला. एखादा कलावंत भिकारी पहाटेच उठून रस्त्याने सारंगी वाजवीत तर निघाला नाही ना, अशी शंका मनात येऊन गेली.

लगेच माझ्या लक्षात आले– तो बैलगाड्यांचा आवाज–
आवाज नव्हे; संगीत होते ते!

खेड्यांहून बाजाराला येणाऱ्या बैलगाड्या आमच्या घराजवळ येऊ लागल्या. लेजीम खेळत खेळत लहान मुलांचे थवे आपल्याकडे येत आहेत, असा भास झाला मला!

चाकांचा कर्कश सूरसुद्धा त्या शांत वातावरणात तुतारीच्या सुरासारखा मला वाटू लागला आणि बैलांच्या गळ्यांतला तो घुंगरांचा आवाज– मी अर्धवट जागा असतो, तर स्वर्गातला कुणीतरी गंधर्व पृथ्वीवर उतरून जलतरंग वाजवीत आहे किंवा एखादी अप्सरा बागेत छुमछुम नाचून कळ्यांची फुले करीत आहे, अशी काहीतरी कल्पना माझ्या मनात येऊन गेली असती!

बैलगाड्या घरावरून पलीकडे गेल्या. बैलांच्या गळ्यांतल्या घुंगरांचा आवाज स्पष्ट ऐकू येऊ लागला. मला एकसारखे वाटत होते, या बाजारतळाकडे जाणाऱ्या बैलगाड्या नाहीत. गणपतीचे विसर्जन करण्याकरिता चाललेली मिरवणूक आहे ही! त्या मिरवणुकीत फेर धरून लेजीम खेळत मुले जात असतात ना? अगदी तस्से–

घुंगरांचा आवाज अगदी ऐकू येईनासा झाला. मग मात्र माझे मलाच हसू आले. दोन-तीनच मिनिटे का होईना, पण झोप मोडल्यामुळे अस्वस्थ झालेले माझे मन केवढ्या आनंदात गुंग होऊन गेले होते. अवेळी जागे होण्यातसुद्धा मौज आहे, असेसुद्धा ते म्हणू लागले होते.

दिवसा बैलगाड्यांकडे ढुंकूनसुद्धा न पाहणाऱ्या आणि त्यांच्या चाकांचा खाडखाड आवाज ऐकून कपाळाला आठ्या घालणाऱ्या मनुष्याने अपरात्री घुंगरांच्या संगीतात गुंग होऊन जावे, ही गोष्ट क्षणभर माझी मलाच विचित्र वाटली. पण लगेच माझ्या लक्षात आले, दिवसाच्या कोलाहलात बैलांच्या गळ्यांतल्या घुंगरांच्या मधुर नादाकडे आपले लक्ष जात नाही. कुठल्याही सौंदर्याचा आस्वाद घ्यायला मन एकाग्र आणि समरस व्हावे लागते. रस्त्याने चालत असताना आपण मित्रांशी बोलत असतो, जवळून जाणाऱ्या बाईकडे– ओझरता का होईना– दृष्टिक्षेप करीत असतो, मागून धाडधाड करीत येणाऱ्या भयाण मोटरलॉरीचा आवाज ऐकत असतो– आणखी कितीतरी याच मासल्याच्या गोष्टी आपल्या हातून एकाच वेळी होत असतात. या गडबडगुंड्यात सौंदर्याचे कण वेचून घेण्याइतके आपले मन सावध असत नाही.

समुद्रापासून आकाशापर्यंत अनेक भव्य व सुंदर गोष्टींशी प्रतिभावंत जीवनाची तुलना करीत आले आहेत. पण मला वाटते, मानवी आयुष्याला सोन्याच्या खाणीची उपमा अद्यापि कुणीच दिलेली नाही! सोन्याच्या खाणीत जसे सोने,

तसे मनुष्याच्या जीवनात काव्य भरपूर असते, यात शंका नाही. पण सोन्याच्या खाणीतले सुवर्णकण जसे मातीत मिसळलेले असतात, तसे संसारातले काव्याचे क्षणही व्यवहारात गोंधळून गेलेले असतात. ते शोधून काढण्याची दगदग माणसे करीत नाहीत आणि मग जग दुःखाने भरलेले आहे, जीवन संकटांनी व्यापलेले आहे, इत्यादी इत्यादी कटू सत्यांची खैरात ते करू शकतात.

ही कटू सत्ये असत्ये नाहीत! पण अर्धसत्ये मात्र आहेत, यात शंका नाही. सोन्याच्या खाणीत उतरल्याबरोबर हाताला सोने लागले पाहिजे, ही अपेक्षा मुळातच चुकीची आहे; नाही का? आयुष्यातले काव्यही तसेच आहे. उन्हाळ्यात कोरड्या पडलेल्या नदीच्या पात्रात कुठेही हातभर खणले, की पाण्याचा झरा मिळतो. आपल्या दररोजच्या साध्यासुध्या आयुष्यक्रमातही काव्य असेच लपून बसलेले असते.

मागच्याच आठवड्यातला माझा अनुभव पाहा ना! इनॉक्युलेशन करून घेतल्यामुळे दोन दिवस मला चांगलाच ताप आला. तापाने शरीराबरोबरच मनालाही एक प्रकारची ग्लानी येते. तिसरे दिवशी ताप उतरल्यावर मी न्हाणीघरात पाऊल टाकले, ते मनाच्या नि शरीराच्या म्लान स्थितीतच! पण ऊन पाण्याचा पहिला तांब्या अंगावर ओतताच सुखदायक स्पर्शाची अशी एक विलक्षण लहर खेळत खेळत माझ्या रोमरोमांत नाचू लागली, की मी दुसरा तांब्या अंगावर ओतण्याऐवजी त्या पाण्याकडे पाहतच राहिलो! दररोज गडबडीने भराभर पाणी अंगावर ओतून अंघोळ उरकून टाकायची माझी सवय! त्यामुळे ऊन पाण्याच्या नुसत्या स्पर्शात एक प्रकारचे वात्सल्य असते, याची मला कधीच कल्पना आली नव्हती! माणसाचे शरीर हे एक सुंदर वाद्य असून, जलधारेच्या स्पर्शानेच त्याचे माधुर्य प्रतीत होते, असे कुणी म्हटले असते, तर तेसुद्धा मी यावेळी मान्य केले असते.

ऊन पाण्याने अंघोळ केल्यावर शरीराला नि मनाला आराम तर वाटलाच; पण दुसरे काही न करता थोडा वेळ स्वस्थ झोपून राहावे, अशी इच्छा उत्पन्न झाली. मी अंथरुणावर येऊन पडलो नि उशीवर डोके टेकले मात्र—

उशीचा तो मऊ गुळगुळीत स्पर्श मला विलक्षण सुखावह वाटला. एखाद्या बाळसेदार मुलाचे गालगुच्चे घ्यावेत किंवा एखाद्या सशाच्या पिलाला पोटाशी धरावे, तसा त्या उशीशी खेळण्यात मी दंग होऊन गेलो.

लगेच माझे मलाच हसू आले. गेली दोन वर्षे दररोज रात्री याच उशीवर मी डोके टेकून झोपी जातो; पण तिच्याकडे लक्ष द्यायला मात्र मला आजपर्यंत कधीच फुरसत मिळाली नव्हती. अगदी दमून-भागून येऊन अंथरुणावर पडायचे, ही तर माझी नेहमीची रीत! एखादे दिवशी झोप आली नाही, तर वाचलेल्या

पुस्तकांवर किंवा लवकरच लिहायच्या असलेल्या लघुकथेवर विचार करीत मी पडत असे. पण ज्या डोक्यात असली अनेक चक्रे नित्य चालत, त्यात आपल्याला मृदू आधार देणाऱ्या त्या प्रेमळ उशीविषयी ओझरता विचारसुद्धा कधी आला नव्हता!

'मनुष्य हा आंधळा प्राणी आहे!' ही माझ्या एका स्नेह्यांची व्याख्या अशा वेळी अगदी खरी वाटू लागते. कुठल्याही वस्तूपेक्षा किंवा दृश्यांपेक्षा पाहणाऱ्या मनुष्याच्या दृष्टीतच काव्य असते, हे माणसाच्या लक्षातच येत नाही. लपंडावाच्या खेळात एखाद्या आंधळ्या मुलावर राज्य यावे नि अगदी जवळपास लपून बसलेल्या मुलांपैकी एकही त्याच्या हाताला लागू नये– अगदी तस्से होते मनुष्याचे संसारात! जगात काव्य नाही, आनंद नाही, सौख्य नाही, म्हणून तो सारखा ओरडत सुटतो. पण एक गोष्ट त्याच्या कधीच ध्यानात येत नाही– आपणच आपल्या सौख्याचे शिल्पकार असतो. जोपर्यंत आपण आपली हातोटी कुशलतेने चालवीत नाही, तोपर्यंत आपल्या समोर सुंदर पुतळा कधीही उभा राहणार नाही. साधा ओबडधोबड दगडच दिसत राहणार!

किती वेळ मी हा विचार करीत होतो, कुणास ठाऊक! पण अंबाबाईच्या देवळातली पहाटेची घंटा मला ऐकू आली नाही, गिरणीचा भोंगा वाजला नाही, पहाटेच्या गाडीची शिटी झाली नाही, कुठलाही आवाज मला ऐकू आला नाही.

मात्र एका बैलगाडीत झोपून मी कुठेतरी दूर दूर चाललो होतो. बैलांच्या गळ्यांतले ते मधुर घुंगूर–

मला भास झाला, मी पाळण्यात निजलो आहे आणि त्या पाळण्याला लावलेली खेळणीच एकसारखी खुळखुळ करीत आहेत!

◆

एकवचन

माझे मलाच आश्चर्य वाटले. ते पत्र लिहायला मी मोठ्या तत्परतेने बसलो होतो. 'कोल्हापूर', तारीख ७ मार्च १९४१' वगैरे गोष्टीही लिहून झाल्या होत्या. पण पहिली नावे दाखवून होतात, न होतात, तोच एखादा चित्रपट तुटावा, त्याप्रमाणे एकदम माझ्या मनाची स्थिती झाली. पत्र लिहायचे सोडून मी तसाच विचार करीत बसलो.

नोकरीचा अर्ज आणि प्रियतमेला लिहायचे पत्र हे लेखन-प्रकार अत्यंत कठीण आहेत, हे मलाही कबूल आहे. पण मी जे पत्र लिहायला बसलो होतो, त्याचा समावेश या दोहोंपैकी एकाही प्रकारात होत नव्हता. गेल्या डिसेंबरात मुंबईला ओळख झालेल्या एका मुलाने मला सहज पत्र पाठविले होते. त्याचे उत्तर लिहायला मी बसलो होतो.

त्याने माझ्या लेखनाविषयी काही मार्मिक शंका काढल्या होत्या, असेही नाही!

पण–

हाताला लागलेल्या शाईचा काळाकुट्ट डाग काढणे सोपे असते; पण अगदी दिसतो, न दिसतो, एवढा फणसाचा डिंक जर त्याला चिकटला असेल, तर– हाताला लागलेला फणसाचा डिंक लवकर निघणे नि गप्पा मारण्याकरिता येऊन बसलेल्या गोष्टीवेल्हाळ शेजाऱ्याच्या तडाख्यातून झटकन सुटणे या दोन्ही गोष्टी सारख्याच अशक्य आहेत.

तसे पाहिले, तर त्या मुलाने आपल्या पत्रात माझ्याकडे एक अगदी साधी मागणी केली होती... 'मला पत्र पाठविताना 'तुम्ही' असे लिहू नका. 'तू' असे लिहा!'

त्याचे पत्र आले, त्यावेळी मी मनात म्हटले होते– 'हात्तिच्या! यात अवघड असे काय आहे? गण्याला गणपतराव म्हणून हाक मारणे एक वेळ जड जाईल;

पण गणपतरावांना गणोबा, गणू किंबहुना गंप्या अशी हाक कुणीही मारू शकेल! एकवचन ही जगात हवेप्रमाणे फुकट मिळणारी गोष्ट आहे. पण बहुवचन मात्र– छे:! ती सोन्याहूनही महाग अशी चीज आहे!'

त्या मुलाला पत्र पाठविताना 'तू' हा शब्द एकदा सोडून दहादा वापरता येईल, ही माझी कल्पना पत्राचा प्रारंभ होईपर्यंतच काय ती टिकली. भुशात घालून ठेवलेल्या बर्फाच्या तुकड्याला बाहेरची उष्णता लागताच तो वितळून जातो ना? अनुभवाच्या पहिल्याच स्पर्शाने माझ्या कल्पनेचीही तीच स्थिती झाली.

मी मनात योजलेले पहिले वाक्य असे होते, 'तुझे पत्र पोचले.'

पण माझ्या मनातले हे वाक्य काही केल्या कागदावर उतरेना. अंत:पुरात शौर्याच्या गप्पा मारणारा उत्तर रणांगणावर जाऊन उभा राहताच त्याला कापरे भरले, अशी एक पौराणिक कथा आहे ना? तिची मला आठवण झाली. काही केल्या 'तुझे' हा शब्द माझ्या हातून कागदावर उतरेनाच! अगदी मनाचा निश्चय करून तो शब्द लिहायला मी सुरुवातसुद्धा केली! वाक्य पुरे होताच मी ते वाचून पाहिले. मी लिहून गेलो होतो–

'तुमचे पत्र पोचले!'

'तुझे' नि 'तुमचे'

या दोन शब्दांत दोन ध्रुवांचे अंतर आहे, हेच खरे!

लहानपणी वचने ही पोरांना त्रास देण्याकरिता रूक्ष व्याकरणकारांनी काढलेली एक अजब क्लृप्ती आहे, अशी माझी समजूत झाली होती. पण हे पत्र लिहायला बसल्यावर माझ्या लक्षात येऊन चुकले, की व्याकरणकारांइतकी रसिकता कवींतसुद्धा क्वचितच आढळत असेल! 'तुझे' आणि 'तुमचे' या दोन शब्दांत किती विलक्षण फरक आहे! पहिला शब्द उच्चारताना किंवा लिहिताना आपण एखाद्या लताकुंजात अथवा समुद्रतीरावर बसलो आहोत, असा भास होतो. उलट, दुसर्‍या शब्दाचा उच्चार करताना आपण रहदारीच्या रस्त्याने जात आहोत, असे चित्र डोळ्यांपुढे उभे राहते. या दोन शब्दांतले हे अंतर जाणण्याची शक्ती असलेल्या दादोबांना मी रूक्ष व्याकरणकार म्हणणार नाही. ते कालिदासाच्या तोडीचे महाकवी आहेत, असेच मी प्रतिपादन करीन!

'तुझे' आणि 'तुमचे'! पहिले वचन प्रीतीचे, तर दुसरे बहुमानाचे! जगात दुसर्‍याला मान देणे सोपे आहे. पण प्रेम देणे? छे:! प्रेमाची फुले लहर लागेल तेव्हाच हृदयाच्या वेलीवर फुलत असतात आणि बहुमानाची फुले– कागदी फुले काय, हवी तेव्हा बाजारात मिळतात.

माझ्या त्या नवीन मित्राला पत्र लिहिताना 'तुझे' हा शब्द लिहिणे मला

अशक्य झाले, याचे कारण हेच होते! आयुष्यात उपचार, आदर, सत्कार या साऱ्या गोष्टी मनुष्याला विपुल मिळतात. पण प्रीती? ती कस्तुरीप्रमाणे दुर्मीळ अशी भावना आहे.

वसंतावाचून जसा कोकिळेला कंठ फुटत नाही, त्याप्रमाणे विलक्षण आपलेपणावाचून प्रीतीही बोलकी होत नाही. मग ज्याचा नि माझा नुकताच परिचय झाला होता, त्या मुलाला 'तू' म्हणणे– प्रेमाचा परवल सांगून त्याला आपल्या अंतरंगात प्रवेश करण्याची परवानगी देणे- ही गोष्ट मला साधली नाही, हेच स्वाभाविक होते, नाही का? एकवचन हे मनुष्याचे जीवन-संगीत आहे. पण ते संगीत कानी पडायला दोन माणसांच्या मनाच्या तारा आधी जुळाव्या लागतात. कोल्हटकरांच्या 'मूकनायक' नाटकात राजपुत्र विक्रांत मुक्याचे सोंग घेऊन सरोजिनीच्या महालात जातो. तिच्या सौंदर्यावार खूश होऊन तिच्याशी सलगीने बोलू लागतो. राजकन्येशी बोलताना एकेरीवर येणारी ही स्वारी वेडपट असली पाहिजे, असे सरोजिनीला वाटते. 'तुम्ही मला 'अहो, जाहो' म्हणायला हवे', असे ज्या वेळी ती त्याला बजावते, त्यावेळी विक्रांत उत्तर देतो–

'न बहुवचनाला जागा कांही
एकवचन हे यथार्थ होई
प्रियजनाविणें कवणाचीही
बुद्धि जिथें मुळिं नाहीं।'

विक्रांताने एकवचनाचा हा जो सिद्धांत सांगितला, तो अक्षरश: सत्य आहे. लहान मूल साऱ्या जगावर प्रेम करते आणि म्हणून ते कुणालाही एकवचनाने संबोधू शकते. मग तो कुणी पांढरे केस झालेला आजोबा असो अथवा रोल्स-राईसमधून मिरविणारा राजपुत्र असो! बालकासारखीच भक्ताचीही मनोवृत्ती असते. त्यामुळेच तुकारामासारखा भक्त देवाला शरण जावो किंवा त्याला शिव्या द्यायला लागो, 'विठ्ठला' म्हणून एकवचनाने हाक मारल्याखेरीज त्याचे समाधानच होत नाही. माता आणि मातृभूमी यांना कुणी कधीही बहुवचनाने संबोधित नाही, याचे रहस्य झाले तरी हेच आहे.

पतिपत्नींच्या प्रेमात तर बालक आणि भक्त या दोघांच्याही मधुर भावनांचा संगम झालेला असतो. रूढी म्हणून किंवा लोक हसतील म्हणून बायको 'ऐकलं का?' 'तिकडून येणं झालं!' 'स्वारीला चहा हवा का?' अशा बहुवचनाचे बहुवचन करणाऱ्या शब्दांनी नवऱ्याशी बोलत असलेली दिसते हे खरे! पण त्या दोघांच्या एकांतात ज्या गुजगोष्टी चालतात, त्या जर आपण ऐकल्या–

दुसऱ्यांच्या गोष्टी चोरून ऐकू नये, म्हणतात. त्यातून दांपत्याच्या एकांतातल्या गुप्तगोष्टी ऐकणे हे पंचमहापातकांहूनही मोठे पाप!

पण दुसऱ्याच्या गोष्टी चोरून ऐकण्यापेक्षा आपल्याच आयुष्यातल्या असल्या गोड अनुभवांची प्रत्येकाने आठवण केली, तरी पुरे आहे. हजार रुपयांचे जाहीर बक्षीस लावले, तरी बायको कधीही नवऱ्याला 'तू' म्हणणार नाही, अशी ज्यांची कल्पना असेल, ते बाल-ब्रह्मचारी तरी असले पाहिजेत किंवा त्यांच्या कोशात बायको या शब्दाचा अर्थ चोर व नवरा या शब्दाचा अर्थ पोलीस इन्स्पेक्टर असला पाहिजे. असले अपवाद सोडून दिले, तर इतरांना पत्नीच्या एकवचनी संबोधनातला अनिर्वचनीय आनंद काय दुसऱ्यांनी वर्णन करून सांगायला हवा? मग ते एकवचन 'माझ्या राजा' सारखे काव्यमय असो किंवा 'मी कुणाची?' या प्रश्नाला पतीने उत्तर न दिल्यामुळे अधीरपणाने विचारलेल्या 'मी तुझी ना?' या लाडक्या प्रश्नासारखे असो!

मला वाटले–

पत्नीने एकांतात पतीला तू म्हणून संबोधणे हेच अधिक स्वाभाविक आहे. रात्रीच्या शांतवेळी अगदी साधा आवाजसुद्धा मोठा वाटून माणसाची झोपमोड होते. पतिपत्नींच्या प्रेमसमाधीचाही बहुवचनाने असाच भंग होतो. 'तुम्ही' या शब्दाने आपण कुणातरी परक्या मनुष्याशी बोलत आहोत, असे मधेच मनात आल्यावाचून राहत नाही. प्रेमाच्या व्याकरणात बहुवचन हे आदर दर्शवित नाही, तर उत्कटतेचा अभाव दर्शविते. पर्वताची उंची जशी शिखराच्या रूपाने प्रगट होते, गायकाची गाण्याची तयारी जशी तानेतून बाहेर पडते, त्याप्रमाणे प्रीतीची उत्कटता एकवचनातून प्रतिबिंबित होत असते. जणू काही एकवचनात बालमित्रांचा निर्मळ स्नेह, वडील माणसांची निरपेक्ष माया, पतिपत्नींची एकांतातील प्रीती आणि लहान बालकांची भावपूर्ण भक्ती, या सर्वांचे सुंदर संमेलनच झालेले असते.

माझा परवाचाच अनुभव पाहा ना! मी सांगलीला गेलो होतो. माझ्या बाळपणाच्या या गावात जो तो मला 'भाऊराव' आणि 'भाऊसाहेब' म्हणून हाका मारीत होता! मी हायस्कूलमध्ये असताना माझे शिक्षक असलेले एक वयोवृद्ध गृहस्थ मला भेटले. त्यांनीसुद्धा 'काय, भाऊराव?' असा मला जेव्हा प्रश्न केला, तेव्हा तर माझ्या मनाला मोठा धक्काच बसल्यासारखे झाले. मी वयाने मोठा झालो आहे, थोडे नाव मिळवलेले आहे, हे सारे खरे! पण त्या शिक्षकांनी मला 'भाऊ' म्हटले असते, तर मला फार आनंद झाला असता! सुरंगीच्या वळेसराभोवती भुंगे गोळा होतात, त्याप्रमाणे त्या गोड एकवचनाभोवती माझ्या बाल्यातल्या अनंत मधुर आठवणी एका क्षणात नाचू लागल्या असत्या! पण–

मला कृष्णामाईचे झुळझुळते पाणी प्यायचे होते नि सारी माणसे मला चहा,

कॉफी, कोल्ड्रिंक, व्हिम्टो, इत्यादी पेये देत होती!

शेवटी मी माझ्या मामींना भेटण्याकरिता गेलो. मला दरवाजात पाहताच त्या म्हणाल्या,

''केव्हा रे आलास, भाऊ?''

भाऊ!

त्या एकवचनी संबोधनात केवढी गोडी भरली होती!

– आणि मामांच्या मृत्यूमुळे माझ्या आयुष्यात केवढी उणीव उत्पन्न झाली, याचीही पूर्ण कल्पना याच वेळी मला आली. मामी मला 'भाऊ' म्हणत होत्या, पण या एकवचनाचेही एकवचन फक्त माझे मामाच वापरीत असत. ते खुशीत आले म्हणजे म्हणत,

'आमचा भावड्या पुढे मोठा लेखक होणार आहे हं!'

त्यावेळी माझ्या मनात आले– मी लेखक झालो आहे– लोकांच्या दृष्टीने लेखक झालो आहे! मामांचे भविष्य थोडे-फार खरे झाले आहे. पण हा सारा आनंद अपुरा आहे. त्यात एक मोठी उणीव आहे- मला 'भावड्या' म्हणून हाक मारणारे एकही माणूस आता या जगात नाही!

◆

अविनाश

मी क्लबात पाऊल टाकले मात्र, पत्ते खेळत बसलेल्या मंडळींच्याकडे पाहताच मी चकित झालो. त्या मंडळींत रामभाऊची स्वारी कुठेच दिसली नाही.

माझ्या मनात आले, कृष्णावाचून स्वयंवर किंवा सुधाकरावाचून एकच प्याला एक वेळ रंगू शकेल; पण रामभाऊला सोडून क्लबातली पत्त्यांची बैठक–

मी घाईघाईने विचारले,

"रामभाऊ आजारीबिजारी आहे की काय?"

राजाराणीचे लग्न जुळविण्यात दंग असलेल्या एका गृहस्थांनी गडबडीने वर पाहिले. ते नुसते हसले आणि पुन्हा आपल्या लगीनघाईत दंग झाले.

मला त्यांच्या हसण्याचा अर्थच कळेना!

इतक्यात माझी दृष्टी बाहेरच्या व्हरांड्याकडे गेली. रामभाऊची स्वारी तिथे उभी होती. नुसती उभी नव्हती, आकाशाकडे पाहत उभी होती.

माझे आश्चर्य द्विगुणित झाले! क्लबात येण्याच्या बाबतीत ज्या रामभाऊचा पहिला नंबर कधी चुकला नाही, दररोज नऊ वाजल्यावर इतर मंडळी कंटाळून उठू लागली, तरी 'एकच डाव', 'आणखी एकच डाव' हे शब्द एखाद्या व्यसनासक्त मनुष्याप्रमाणे ज्याच्या तोंडातून बाहेर पडल्याशिवाय राहिले नाहीत, तो रामभाऊ आत डाव रंगात आला असता खुशाल बाहेर जाऊन उभा राहतो, याचा अर्थ काय? याला कसला झटका आला आहे? काव्याचा, की वैराग्याचा? शर्यतीकरता नियमाने मुंबईला जाणाऱ्या एखाद्या संस्थानिकाने शर्यतीच्या मैदानावरच संन्यास घेतला, या बातमीवर कुणाचा विश्वास बसेल का? पण आजची रामभाऊची वागणूक अगदी तश्शी विचित्र होती.

मी हळूच बाहेर गेलो.

पाहिले, तो स्वारी खिशातून एक कागद काढून तो वाचीत आहे!

त्याने झटकन तो कागद खिशात ठेवला आणि संध्यारंगाने रंगलेल्या आकाशाकडे पाहत शीळ घातली.

त्याची बायको माहेरी गेली होती, हे मी ओझरते ऐकले होते. मला वाटले, जो कागद वाचून रामभाऊ इतक्या खुशीत आला आहे, ते बहुधा तिचे प्रेमपत्र असावे!

मी पुढे होऊन विचारले,

''काय रामभाऊ, राणीसाहेब काय म्हणतात?''

रामभाऊने काहीच उत्तर दिले नाही. पण माझ्याकडे पाहून त्याने असे गूढ हास्य केले, की- त्या हास्यात काही अद्भुतरम्य अर्थ भरला आहे, असे मला वाटले.

मी स्तब्ध राहिलो.

इतक्यात रामभाऊने खिशातून तो कागद पुन्हा काढला आणि त्याच्यावरून नजर फिरवून तो पुन्हा खिशात ठेवला.

हा आज असे वेड्यासारखे का करतोय ते काही केल्या मला कळेना. माझ्या मुद्रेवरले आश्चर्य त्याच्याही लक्षात आले असावे.

त्याने खिशातला कागद काढून माझ्या हातात दिला. तार होती ती!

मी ती उघडून वाचू लागलो : 'कमल सुखरूप प्रसूत झाली. मुलगा झाला.'

रामभाऊला वेडे करून सोडणाऱ्या आनंदाचे कारण आता मला कळले.

त्या तारेने, पत्ते म्हणजे परब्रह्म मानणाऱ्या एका सामान्य कारकुनाला आज महाकवी करून सोडले होते. त्याला आपल्या मनातला भाव नीट व्यक्त करून सांगता येत नव्हता. पण त्याच्या दृष्टीतून, त्याच्या हास्यातून आणि त्याच्या उद्गारांतून अद्भुत आनंदाची कारंजी थुईथुई नाचत होती. शेवटी त्या तारेकडे आणि माझ्याकडे पाहत तो उद्गारला,

''कुठल्यातरी यक्षसृष्टीत गेल्यासारखं वाटतंय मला!'' किंचित थांबून पुन्हा त्या तारेकडे पाहत तो म्हणाला, ''मी बाप झालो, हे अजून खरंच वाटत नाही मला!''

रामभाऊच्या या उद्गाराने मला हसू लोटले, हे खरे; पण ते हास्य टीकात्मक नव्हते; भावनात्मक होते. त्याच्या या बोलण्याने मलाही पाच वर्षांपूर्वी अविनाश झाला, त्या दिवशीचा तो प्रसंग आठवला.

सकाळी सात वाजता पत्नीची चौकशी करण्याकरता मी दवाखान्यात गेलो, तेव्हा डॉक्टर म्हणाले होते,

''अजून सुटका व्हायला बराच वेळ लागेल. एक इंजेक्शन दिलंय, जरूर लागली, तर दुसरं देईन!''

'मन चिंती ते वैरी न चिंती!' माझ्या मनात नाही नाही त्या विपरीत कल्पना थैमान घालू लागल्या. ज्यूरी विचारविनिमय करण्याकरिता आत गेली, म्हणजे आरोपीच्या पिंजऱ्यातल्या माणसाची काय स्थिती होत असेल, याची त्यावेळी मला पूर्ण कल्पना आली.

मी अत्यंत अस्वस्थ मनाने दवाखान्यातून बाहेर पडलो. मनात विचित्र विचारांचे वादळ सारखे सुरू होते. त्याच्याकडे दुर्लक्ष व्हावे, म्हणून मी माझ्या एका लेखक मित्राच्या घरी जाऊन बसलो. कुठला तरी वाङ्मयविषयक वाद उकरून काढला आणि वेड्यासारखा बडबडत सुटलो. पण बाहेरच्या कोलाहलात अंतरीचा आर्त स्वर बुडून जाऊ शकत नाही, हा अनुभव थोड्या वेळात मलाही आला. मी तिथून उठून एकटाच फिरायला गेलो. टेकडीवरच्या त्या माझ्या चिरपरिचयाच्या जागेवर जाऊन बसलो. पण ते किती वेळ? घटकाभरसुद्धा नाही. माझ्या त्या आवडत्या खडकावर त्या दिवशी जणू काही काटे पसरून ठेवले होते कुणी!

घरी येऊन मी एक पुस्तक वाचू लागलो, पण त्या पुस्तकातला प्रत्येक शब्द मला अर्थशून्य वाटू लागला.

वहिनींनी जेवायला बोलावले. मी पानावर जाऊन बसलो. पण दोन घास खाण्याची इच्छा काही केल्या मला होईना.

मी टांग्यात बसून दवाखान्याकडे जायला निघालो. वाटेत समोरून येणारा टांगा भेटला. त्या टांग्यातून कुणीतरी ओरडले,

''भाऊराव!''

माझ्या पत्नीची मैत्रीण होती ती!

मी टांग्यातून उतरून तिच्याकडे गेलो. तिने माझ्या हातात पेढे ठेवले. मी तिच्याकडे आश्चर्याने पाहू लागताच ती हसत उद्गारली.

''असे पाहता काय? मुलगा झाला तुम्हाला!''

ते शब्द कानावर पडताच अद्भुत आनंदाच्या लाटा माझ्या मनात उचंबळू लागल्या- दवाखान्यात पाऊल टाकीपर्यंत मी मनात म्हणत होतो-

'जगात अमृत नाही, म्हणूनच अशा प्रसंगी माणसं पेढे वाटतात. नाहीतर-'

दवाखान्यात जाऊन पाळण्यात स्वस्थ झोपी गेलेल्या त्या बालजिवाकडे पाहताच माझ्या मनाची जी स्थिती झाली, तिचे वर्णन करायचे झाले, तर ते देवाचे दर्शन झाल्यावर भक्ताला होणाऱ्या आनंदाच्या भाषेतच करता येईल.

त्या दिवशी घरी परत आल्यावरही क्षणाक्षणाला विलक्षण आनंदाच्या लहरी मला पुलकित करीत होत्या. मनातल्या मनात मी झाडून साऱ्या कवींना हसत होतो आणि म्हणत होतो- या बेट्यांनी जिथे तिथे आईचे गोडवे गायले आहेत.

सारे प्रमुख कवी स्वत: पुरुष असून, त्यांना बापाच्या मनाची कधीच कल्पना करता येऊ नये, हे केवढे आश्चर्य आहे! यांच्यापैकी एका तरी शहाण्याने आतापर्यंत या विषयावर काव्य करायचे होते!

तसाच तो राजा रविवर्मा! चित्रकलेतले त्याचे कौशल्य मला मान्य आहे. पण मानवी स्वभावाचे त्याला पूर्ण आकलन झाले होते, हे मात्र मला कबूल नाही. 'शकुंतला-जन्मा'चे काय विचित्र चित्र काढलंय त्याने! नुकत्याच जन्माला आलेल्या शकुंतलेकडे पाहवत नाही, म्हणून विश्वामित्र आपला उजवा हात डोळ्यांपुढे धरतो, असे रविवर्म्याने चित्रण केले आहे. पण मी जर चित्रकार असतो, तर विश्वामित्र त्या बालिकेशी बसून आनंदाने तिच्या मुद्रेकडे पाहत आहे, असे दाखविले असते. आपल्या तपश्चर्येचा भंग झाल्याचा पश्चात्ताप विश्वामित्राला पुढे झाला असता. पण अपत्यदर्शनाचा तो पहिला दिव्य क्षण! त्यावेळी एक क्षणभरच का होईना– विश्वामित्र पिता झाला असता, ऋषी राहिला नसता. ज्या स्वर्गसुखाचा लाभ व्हावा, म्हणून ऋषिमुनी तपश्चर्या करतात, ते त्याच्यापुढे मूर्तिमंत अवतरले होते. असल्या दिव्य सुखाचे डोळे भरून दर्शन घ्यायच्याऐवजी विश्वामित्राने डोळ्यांआड हात धरावा? छे! ते चित्र काढणाऱ्या रविवर्म्याच्या अज्ञानाचा त्या दिवशी असा राग आला मला!

रविवर्म्याप्रमाणेच यशवंतरावांवरही मी रुष्ट झालो. ते माझे स्नेही आहेत; त्यांच्या अनेक भावनोत्कट कविता मला आवडतात. पण 'मातृपदाविण' ही कविता जशी त्यांनी लिहिली, तशी 'पितृपदाविण' ही कविता लिहायचे त्यांना कधीच का सुचू नये? बरे, ते सुचले नाही, तर निदान 'पितृपद प्राप्त झाल्यावर' या विषयावर त्यांनी एखादीतरी छोटी कविता लिहायची की नाही! 'मातृपदाविण' या कवितेत 'मी शिवत बसू ग कुंची झबले कुणा?' असे अपत्यहीन आईचे त्यांनी हृदयंगम वर्णन केले आहे. पितृपद प्राप्त झाल्यावर पुरुषापुढेही असेच अनेक प्रश्न उभे राहतात. ते त्यांनी कवितेत मांडले असते तर? पण सारे कवी पडले स्त्रियांचे पक्षपाती! यशवंत तरी या नियमाला कुठून अपवाद होणार?

पितृपद प्राप्त झाल्यावर बारसे कधी करावे, ते किती टोलेजंग असावे, आईला दूध कमी असल्यास मुलाला ग्लॅक्सो द्यावे, की ऑस्टर मिल्क द्यावे, षष्ठीपूजनादिवशी समोर ठेवलेली टाकशाई पाहून नियतीला बालकाच्या ललाटी काय लिहायला सांगावे, इत्यादी अनेक प्रश्न पुरुषांसमोर उभे राहतात, हे खरे. पण माझ्या दृष्टीने या सर्वांत महत्त्वाचा प्रश्न म्हणजे मुलाचे नाव काय ठेवावे, हाच असतो!

पूर्वीच्या काळी ही गोष्ट अत्यंत सोपी होती. पितृऋणातून मुक्त होण्याकरिता बापाचे किंवा आजोबांचे नाव मुलाला ठेवण्याचा प्रघात तेव्हा

रूढ असल्यामुळे बारशादिवशी कुणाला विचार करावा लागत नसे. ही रूढी मोडण्याची ज्याला इच्छा होई, तो तेहतीस कोटी देवदेवतांतून मुलामुलींची नावे शोधून काढी. मुलींच्या बाबतीत तर देवतांच्या जोडीने गंगा, यमुना वगैरे नद्याही या कामात त्याला मदत करत असत.

अलीकडे लोकांची धर्मश्रद्धा लोप पावल्यामुळेच, की काय, देवदेवतांची नावे नावडती झाली आहेत. पण ही उणीव कादंबऱ्यांतल्या नायक-नायिका आणि सिनेमातल्या नट-नटी यथाशक्ती भरून काढीत आहेत. मात्र याबाबतीत नटांपेक्षा नटीच अधिक भाग्यवान दिसतात. नाहीतर सैगलची लोकप्रियता लक्षात घेता 'स्त्री' मासिकाच्या शेवटच्या पानावर येणाऱ्या गृहरत्नांच्या फोटोंपैकी एखाद्याच्या खाली 'कुंदनमल काशिनाथ कुळकर्णी' असे नाव आतापर्यंत वाचायला मिळायला काहीच हरकत नव्हती.

मलाही या नावाच्या प्रश्नाने त्यावेळी अगदी भंडावून सोडले. मला केवळ गोड नाव नको होते; अर्थपूर्ण नाव हवे होते. अपत्यलाभाने माझ्या मनाला जो विलक्षण आनंद झाला होता, त्याचे प्रतीक असे नाव मला हवे होते.

पुत्रजन्माच्या आनंदाचे बाणासारख्या कल्पक कवीने केलेले वर्णन मी वाचले आहे. पण त्या वर्णनात अनुभवापेक्षा कल्पनाच अधिक प्रभावी झाली आहे, असे मला वाटते. 'आलक्ष्य दन्त मुकुलान्' हे कालिदासाचे वर्णन फार सुंदर आहे, यात शंकाच नाही. मात्र जॉर्ज वॉशिंग्टनने हातात मिळालेली कुऱ्हाड जशी वाटेल त्या झाडावर चालविली, त्याप्रमाणे दात येऊ लागलेले मूल आपल्या या नवीन शस्त्राचा जेव्हा बेदरकारपणे स्थानीअस्थानी उपयोग करू लागते, तेव्हा दातांच्या कळ्यांनाही नाजूक काटे असतात, हे सांगायचे कालिदास कसे विसरला, याचे आश्चर्य वाटू लागते. भवभूतीने अपत्य ही पतिपत्नींच्या प्रीतीची निरगाठ आहे, अशी जी कल्पना केली आहे; तिच्यात मानवी स्वभावाचे यथार्थ ज्ञान प्रतिबिंबित झाले आहे. पण बाण, कालिदास व भवभूती यांचे अपत्यविषयक सर्व काव्य एकत्रित केले, तरी माझ्या मनाला जो विलक्षण आनंद झाला होता, तो व्यक्त करणारा शब्द मला सापडेना.

एक गोष्ट मला उघड उघड दिसत होती– आपले बाल्य पुन्हा परत आले आहे; प्रौढत्वामुळे आपल्या जीवनशक्तीला जी थोडी बधिरता आली होती, ती समूळ लोप पावण्याच्या मार्गाला लागली आहे.

दीपज्योतीमध्ये केवढे काव्य भरले आहे, याची आम्हा मोठ्या माणसांना कल्पनाही करता येत नाही. कोकिळेचे कुहुकुहू ऐकले, की लगेच तिला

प्रत्युत्तर द्यायचे प्रौढांना कधीतरी सुचले का! कळ्यांची फुले होवोत, अगस्त्यांच्या फुलाप्रमाणे चंद्रकोर आकाशात चमकू लागो, इंद्रधनुष्याचे सप्तस्वरांतले मूक मधुर संगीत सुरू होवो, मांजराचे अथवा कुत्र्याचे पिल्लू इकडे-तिकडे आनंदाने बागडो, वयस्क माणसांना त्यात काही मौज आहे, असे वाटतच नाही. त्यांच्या दृष्टीने सारे जग हे एक जुने झालेले पुस्तक असते.

पण जग कितीही जुने झाले, तरी प्रत्येक क्षणाला त्यातून नावीन्याचे झरे पाझरत असतात, हे लहान मूलच आपल्याला शिकवते. आपल्याला अत्यंत सामान्य वाटणारे दृश्य किती अद्भुतरम्य आहे, हे कळायला त्याच्याकडे बालकाच्याच दृष्टीने पाहिले पाहिजे. जगातल्या सौंदर्याला नाश नाही, साहसालाही नाश नाही आणि साधुत्वाला नाश नाही, हे लहान मुलांच्या सहवासातच प्रौढांना पटते.

मुलाचे नाव अविनाश ठेवताना असे कितीतरी विचार माझ्या मनात घोळत होते.

त्यानंतर गेल्या पाच वर्षांत मी अविनाशचा घोडा झालो आहे. जांभळे खाऊन चूळ भरताना तोंडातून बाहेर पडणारी जांभळी शाई पाहण्यात त्याच्याबरोबर रंगून गेलो आहे. 'सूर्य कुठे झोपतो?' याचा विचार करण्यात त्याच्या सहवासात घटका घटका घालवून बालसुलभ कल्पनेचा आनंद मी मनमुराद लुटला आहे. त्याच्या छोट्या मोटारीत बसून मी जगाचा प्रवास केला आहे. त्याच्या लुटुपुटीच्या दुकानात बसून मी खोटा खोटा चहा प्यालो आहे आणि या साऱ्या चिमुकल्या मधुर अनुभवांनी माझ्या मनावर नवी पालवी फुलविली आहे. सध्या कुणी माझे वय विचारले, की 'मला नुकते सहावे वर्ष लागले आहे,' असे सांगण्याचा मोह मला अगदी अनावर होतो. पुरुषाचे वय त्याच्यावर प्रेम करणाऱ्या प्रणयिनीच्या वयाइतकेच असते, असे कुणीसे म्हटले आहे. त्या पद्धतीने तरुण राहू इच्छिणाऱ्या मनुष्याला जनानखानाच बाळगायची पाळी यायची! त्यापेक्षा आपल्या अपत्यावर जिवाभावाने प्रेम करणे हाच तरुण होण्याचा राजमार्ग आहे, असे मला वाटते.

या मार्गामुळे प्रौढ मनुष्य अगदीच बालिश होत असेल, अशी कित्येकांना शंका येईल; पण बालकांच्या लीलांतही मोठ्या माणसांना विचार करायला लावण्याची शक्ती असते, हे विसरून चालणार नाही.

परवाचीच गोष्ट पहा ना!

भर दुपारची वेळ होती. आम्ही जेवायला बसलो होतो. अवी बाहेर

कुठेतरी खेळत होता.

तो एकदम धावत धावत आत आला व मला म्हणाला,

"एक पाहुणी आलीय बाहेर. भूक लागलीय तिला!"

तो तसाच बाहेर धावत गेला. मीही लगबगीने उठून बाहेर गेलो. पाहिले, तो दारात एक भिकारीण उभी होती आणि अविनाश तिला आग्रह करून घरात जेवायला बोलवीत होता.

समाजवाद हे वात्सल्याचेच सामाजिक रूप आहे, याची त्या क्षणी मला खात्री पटली.

◆